MỘT GÓC QUÊ NHÀ

Một Góc Quê Nhà - Ngô Sỹ Hân

Bìa: Uyên Nguyên Trần Triết
Dàn trang: Đỗ Huỳnh Đăng Ngọc
Nhà xuất bản Nhân Ảnh
ISBN: 979-8-3302-6017-1

NGÔ SỸ HÂN

MỘT GÓC QUÊ NHÀ

NHÂN ẢNH
2024

Kính dâng

TỔ QUỐC VIỆT NAM,

với một ***niềm hối tiếc***

"Cúi đầu tạ với Quê Hương,

Tôi còn một nửa đoạn đường chiến binh."

(trần quốc bảo),

và

SONG THÂN,

hình ảnh tiêu biểu của gia đình Ông Chín Chòi

trong truyện

***

Đặc biệt thân tặng

HIỀN THÊ Và Các Con,

với tất cả tấm lòng

Cảm ơn sự thông cảm, chịu đựng, và sự hy sanh vô bờ bến của hiền thê suốt bốn mươi năm dài không một phút giây thật sự hạnh phúc - một thứ hạnh phúc đúng nghĩa của một người phụ nữ bình thường,

đặc biệt sự hy sanh cao cả của phu nhơn

trong giai đoạn nhục nhằn chung

của những bà mẹ

và những người vợ Việt Nam.

NHƠN LẦN TÁI BẢN

Đối với tôi, mỗi ngày đều là một ngày hạnh phúc trời cho nên mình phải tận hưởng những gì có được - không phải vật chất kim tiền. Hai mươi năm chinh chiến bao nhiêu người đã ngã xuống để bảo vệ giang san do tiền nhơn dựng nước và giữ nước, bao nhiêu thương phế binh đã anh dũng giữ vững tuyến đầu lửa đạn bỏ lại một phần thân thể trên chiến trường để bảo vệ hậu phương mà mình còn lành lặn là do số phận.

Tôi tự cảm thấy mình còn mang một món nợ tinh thần với tất cả mọi người nhứt là với các thế hệ mai sau nếu mình cứ lầm lũi sống qua ngày chờ qua đời. Trách nhiệm là phải nói lên cái gian khổ cái thiệt thòi cái ẩn ức của dân quân miền Nam trong cuộc chiến ý thức hệ chống xâm lược để bảo quốc an dân. Cho nên tôi phải sống để viết, mà tôi dự trù sống hai mươi năm nữa, tới năm 2045. Đã về hưu không còn bận tâm với cơm áo gạo tiền nên trong thời gian nầy phải cố hoàn thành ít nhứt hai tác phẩm.

Đoạn Cuối Cuộc Đời: Tập truyện gồm khoảng mười tới mười hai truyện ngắn viết thời gian gần đây. Nơi đó trong nước phản ảnh cuộc sống lầm than của hầu hết giai cấp mũi nhọn công nông đã hết thời gian lợi dụng sau khi cộng sản nắm quyền. Trong lúc ở hải ngoại thời gian đã làm nhòa đi hoài bão và làm thui chột niềm hy vọng ngày trở lại quê hương cho nên ngày càng có nhiều áo gấm về làng thậm chí còn nối giáo cho giặc nữa.

Đại Úy Nhà Quê: Những chánh khách nổi tiếng, những giới chức cao cấp trong chánh quyền, những người có vai vế trên văn đàn hoặc trong một lãnh vực nào đó mới viết lại cuộc đời và sự nghiệp của họ cùng những kinh nghiệm để lại cho đời sau trước khi nhắm mắt. Đại úy chỉ là một cấp bực sĩ quan không lớn nhưng tại sao tôi viết hồi ký. Mục đích chánh là nói lên cái ngây thơ nhẹ dạ của hầu hết người miền Nam trước họa xâm lăng của cộng sản.

Phải chăng trong hai mươi năm kiến tạo nền dân chủ, chánh phủ Việt Nam Cộng Hòa không đủ khôn ngoan và chưa đủ bất nhơn với đối phương như Nam Dương đã làm hồi thập niên 1960, trong khi cộng sản Bắc Việt vốn xảo trá học chủ thuyết lỗi thời ngoại lai đem về áp đặt lên đầu lên cổ nhơn dân mà không từ bất cứ một thủ đoạn gian manh nào đối với đồng bào và thế giới?

Hẹn gặp nhau tại Sài Gòn.

Mùa Xuân năm 2024

Tác giả

Đọc Tác phẩm "MỘT GÓC QUÊ NHÀ" của NGÔ SỸ HÂN

Kha Lăng Đa

Tôi rất ngạc nhiên lẫn vui mừng khi đón nhận tập truyện ngắn "MỘT GÓC QUÊ NHÀ" của NGÔ SỸ HÂN, người bạn thân của tôi hiện là chủ nhiệm của Tạp Chí QUÊ HƯƠNG HẢI NGOẠI, vì lâu nay, thỉnh thoảng tôi chỉ đọc được những bài thơ của anh đăng trên Đặc San LÝ TƯỞNG của TỔNG HỘI KHÔNG LỰC VIỆT NAM CỘNG HÒA hay Tạp Chí của anh chớ chưa đọc được một truyện ngắn nào của anh. Tập truyện dày 227 trang, gồm 12 truyện ngắn do nhà in Lefami ấn hành lần thứ nhứt tại Hoa Kỳ, được đưa vào thư viện. Phần trình bày do Ngô Hạ Miên và hình bìa của Lê Duy. Đó là tấm ảnh chụp một đoàn nông dân đang cấy lúa, xa xa là một túp lều tranh trong vườn cây rậm rạp.

Tấm lòng yêu nước, thương nhà, tình chiến

hữu, kỷ niệm đẹp của tình yêu trong thời hoa mộng được tác giả phơi trải suốt tập truyện, trong đó có những nỗi niềm uất nghẹn đau thương, tâm tư ray rứt vì chưa thỏa chí nam nhi, nuối tiếc một quá khứ vàng son của lý tưởng "bảo quốc an dân" sau ngày quốc hận 30-04-75.

Sống kiếp lưu vong nơi nước bạn, tác giả tuy làm việc tất bật cùng người vợ hiền chung thủy, đảm đang như sự diễn tả của Ngô Sỹ Hân trong "MỘT NGÀY CỦA HAI VỢ CHỒNG GIÀ," nhưng tác giả vẫn mang nặng tình yêu quê hương, thương đồng bào ruột thịt bị đàn áp bởi cộng sản Việt Nam nên đã vận động những người Việt sống trên đất Mỹ ký tên ủng hộ Dự Luật Nhân Quyền HR 2883. Người chồng trong truyện (mà tôi nghĩ chắc là tác giả) là một người trung thành với chính nghĩa quốc gia. Ông nói rằng ông bị buộc phải buông súng (như bị xử bức tử) chớ ông chưa giải ngũ và cũng không đầu hàng. Do đó, ông vẫn còn trách nhiệm phải tranh đấu với cộng sản. Hiện tại ông đang đấu tranh chính trị với địch mà vũ khí là ngòi bút! Người vợ tuy lo lắng cho chồng làm việc vì sinh kế và làm việc vì lý tưởng tự do cho dân tộc đến hao gầy thể xác, nhưng bà vẫn ủng hộ ông. Có điều bà nói rất chí lý để cho ông suy gẫm: *"Thân mình mà lo không xong, làm sao lo chuyện thiên hạ được."*

Để xây dựng cho mình có một lập trường Quốc gia vững chắc và quyết tâm chống cộng thì ai cũng phải chấp nhận sự hy sinh, dù phải hy sinh mạng sống của mình. Nhân vật Bác An trong "BÁC AN VÀ CUỘC TÌNH XA" lúc còn trẻ, sống ở vùng Cần Đước bất an (vùng xôi đậu) đã hy sinh mối tình học trò của ông và cô Sương để khoác chiến y, đi theo lý tưởng quốc gia, không để bị Việt cộng cưỡng bách đi theo bọn chúng. Gia đình bác An cũng bỏ làng để về sống ở vùng quốc gia (thành phố) sau khi An đã nhập ngũ. An gặp lại Sương trên đất Mỹ nhưng nàng đã có chồng mà chồng nàng lại là bạn thân của An qua Mỹ trước chàng, theo diện HO.

Sống trên miền "đất hứa" Tự Do, nhưng cảnh sống cơ cực, lầm than sau ngày ra khỏi trại tù của cộng sản vẫn luôn đeo đẳng tác giả qua truyện "THẦY GIÁO XE THỒ GẶP ĐẠI ÚY SỬA XE" mà hai nhân vật chính là Đại úy Lê Phục Hưng và tác giả. Quyết không sống trong chế độ độc tài, bần cùng hóa nhân dân và đầy dẫy những bất công... họ đã cùng nhau vượt biển, tìm tự do, dù phải đánh đổi cả mạng sống. Đại úy Hưng bị tàu của Việt cộng đuổi theo, bắn chết khi thuyền vượt biển chưa ra tới hải phận quốc tế. Đứa con gái của Đại úy Hưng, cùng vượt biển với cha, là một cô gái có truyền thống bất khuất, đã dám chống chế với chế độ phi nhân khi còn ngồi ở ghế nhà trường. Cô đã viết và chuyền tay bạn bè bài thơ tố cộng, trong đó có những câu:

"Từ ngày cờ đỏ, sao vàng,

Nhân dân đói khổ, lầm than muôn phần."

Tác giả trước kia là một "Cánh chim tự do" của Không Lực Việt Nam Cộng Hòa, cùng chiến đấu với những chiến hữu để bảo vệ vùng trời Tổ Quốc Việt Nam, anh đã đề cao sự hy sinh của những người mang lý tưởng "BẢO QUỐC TRẤN KHÔNG," vai gánh tình nhà, vai mang nợ nước mà truyện ngắn "MỘT SỰ NGẠC NHIÊN DÀNH CHO NÀNG" đã gợi cho người đọc niềm xúc cảm khi định mệnh ác nghiệt đã cướp đi mạng sống người vợ hiền của một sĩ quan Không Quân ở Biên Hòa mới thuyên chuyển ra miền cao đất đỏ Pleiku. Ở đơn vị mới, vừa xin được cư xá, trở về chốn cũ để đón vợ con ra Pleiku, nhưng khi chàng vừa tới nơi thì nàng bị Việt cộng pháo kích, chết trong buổi lễ bế giảng niên học, bỏ lại hai đứa con thơ.

Trong những kỷ niệm buồn sau ngày đất nước đau thương như biển thẳm hóa nương dâu, tác giả cũng hồi tưởng lại những kỷ niệm ngọc ngà trong trong "MÙA HOA PHƯỢNG THẮM" lúc anh còn là một thầy giáo trẻ, tận tâm với nghề nghiệp đã đạt được thành tích chiếm "kỷ lục" về số học trò thi đậu văn bằng Tiểu Học. Nhưng, thầy giáo Hân cũng rất đa tình, lãng mạn, đã yêu cô giáo Hạnh trẻ đẹp, mới đổi đến trường mà anh đang phục vụ. Khi thầy giáo viết thư tỏ tình trong ngày bãi trường thì mới hay "hoa đã có chủ." Anh sầu não, trở về quán trọ thì được cô Giang, con gái của bà chủ, mới 16 tuổi, gởi thư tỏ tình (Ngày trước, con gái vị thành niên, người ta gọi là "cháu của ông biện lý" có nghĩa là ai đụng tới "trái cấm" sẽ bị xách chiếu đi hầu tòa và ngồi trong khám, gỡ ít nhứt là 5 cuốn lịch "Tam Tông Miếu"). Vậy mà thầy giáo sau khi được nàng con gái "nhí" tỏ tình đã "hiên ngang" tuyên bố trước đám bạn bè đồng nghiệp: *"Có ở tù chung thân cũng được, cứ gì 5, 7 năm!"*

Điều mà tác giả đã nhấn mạnh trong tập truyện là hoàn cảnh phức tạp của xã hội miền Nam trong thập niên 60 giữa sự xung đột hai ý thức hệ Quốc Gia và cộng sản mà thanh thiếu niên nhẹ dạ ở nông thôn đã lầm đường, lạc lối, thoát ly gia đình theo địch vào bưng để phải chết oan uổng cho cái gọi là "Cách Mạng Giải Phóng Miền Nam." Nhân vật Bác Chín trong truyện "SUÝT LÀM CÁCH MẠNG" ly khai với Việt Minh ngày trước vì biết biết được bản chất gian tà, độc ác của chúng, ông đã cứu được đứa con trai của ông thức tỉnh, bỏ ý định theo Việt cộng vào bưng.

Đa số những gia đình sống trong vùng thôn quê thường bị cuốn hút bởi sự tuyên truyền láo khoét, bịp bợm của cộng sản, do đó bị rẽ lối, chia đàn, người theo quốc gia, kẻ theo cộng sản mà "GIA ĐÌNH ÔNG CHÍN CHÒI" là chứng nhân của thực trạng đau lòng ấy. Ông cũng là người tiêu biểu cho nông dân, thật thà, chất phác, mong được sống bình an bên ruộng lúa, ao nhà, nhưng ông phải chịu một cổ mà đến hai tròng. Những kẻ đã cống hiến cho "Cách Mạng Giải Phóng Miền Nam" được sáng mắt, sáng lòng khi con "quỉ đỏ" độc ác, dã man đã hiện nguyên hình sau ngày 30 tháng 4 năm 1975.

Lúc đã chiếm được miền Nam, chúng đã âm mưu giết dần mòn quân, dân, cán, chính của Việt Nam Cộng Hòa bằng chế độ lao tù nham hiểm, độc ác được ngụy danh là "Trại cải tạo" với chính sách "Khoan hồng nhân đạo" để mị dân mà truyện "NGÀY GẦN TẾT TRONG TRẠI" đã vẽ lại bức tranh nhục hình của những người quốc gia trong ngục tù cộng sản. Trong đó, có những người bất khuất như một sĩ quan trẻ tên Thuận, lúc ra khỏi lao tù, đã vượt biên, tìm đường cứu quốc trong khi quê hương đang quằn quại, rên xiết dưới ách thống trị của cộng sản, nhân dân đói khổ, lầm than, cho đến em bé gái mới 13, 14 tuổi mà phải bán thân để kiếm miếng ăn, sống qua ngày. Mộng ước chưa thành, anh đau buồn và nghĩ mình đang mang kiếp "SỐNG THỪA."

Về phần bút pháp, lối hành văn của tác giả trong sáng, mạch lạc, và bộc bạch như lời chân thành, tha thiết của một người miền Nam chất phác, thật thà diễn đạt cảnh tình của những nhân vật trong tập truyện.

Tóm lại, tác phẩm "MỘT GÓC QUÊ NHÀ" đã phơi bày trong thực tại và để lại cho đời sau lý tưởng Quốc Gia Dân Tộc của những người Việt còn yêu nước, thương nhà mà tác giả là người tiêu biểu. Tập truyện gói ghém những lời cáo trạng chế độ độc tài, bịp bợm, bần cùng hóa nhân dân, đưa đất nước đến nghèo nàn, lạc hậu của cộng sản và chế độ lao tù hiểm ác của chúng. Tinh thần bất khuất của người chiến sĩ Quân Lực Việt Nam Cộng Hòa, bị bức tử, bị buộc phải buông súng nhưng vẫn một lòng trung thành với Tổ Quốc và vẫn mang trách nhiệm của quân nhân chưa giải ngũ nên vẫn tiếp tục tranh đấu mà tác giả là người đang tranh đấu bằng ngòi bút.

Tập truyện đã nêu lên được đức tính cao quí của người vợ hiền, trong thời chiến chinh đã theo chồng đến tận nơi đồn trú, bất chấp sự gian khổ, hiểm nguy. Lúc chồng bị cộng sản giam cầm thì thay chồng, nuôi nấng, dạy dỗ con cái, tần tảo sớm hôm, chắt chiu dành dụm để đi thăm nuôi chồng ở các trại tù và khi cùng chồng sống kiếp lưu vong, vẫn làm bổn phận của người vợ đảm đang.

Có điều tác giả còn ấm ức là sự "bỏ ngỏ nông thôn" của Việt Nam Cộng Hòa vào thập niên '60 để cho cộng sản bám đất, giành dân, lấy nông thôn làm nguồn tình báo, tiếp tế để bao vây thành phố. Điều đó, không biết là Việt Nam Cộng Hòa vô tình hay cố ý hoặc là không đủ khả năng để giữ nông thôn trong khi địch đã áp dụng chiến thuật "Tiêu thổ kháng chiến" để chống Pháp từ thời Việt Minh. (Đây có phải là kinh nghiệm xương máu của chúng ta hay không?)

Tôi hy vọng đây là một cuốn sách mà người của chế độ Việt Nam Cộng Hòa thiết tha yêu mến quê hương sẽ nâng niu nó như một bông hoa trong vườn văn chương Việt Nam ở hải ngoại, đóa hoa đang tỏa hương thơm của niềm mơ ước phục hồi Dân Chủ, Tự Do cho cố quốc Việt Nam.

Kha Lăng Đa

NHÀ VĂN NGUYÊN NHUNG
giới thiệu

Chương trình giới thiệu Sách do Nguyên Nhung phụ trách, Nguyên Nhung xin thân mến kính chào quý vị thính giả. Chương trình này đến với quý thính giả của Đài Saigon Houston, trên làn sóng 900 AM, mỗi tháng một lần, hầu giới thiệu đến thính giả và bạn đọc, những tác phẩm và các tạp chí Văn Học Hải ngoại, đã được các tác giả hay các tòa soạn gửi tới. Chúng tôi ân cần giới thiệu những tác phẩm, cũng như những tạp chí, đặc san, thi phẩm mà chúng tôi nhận được, đến với độc giả xa gần, đồng thời cũng giới thiệu thêm về tác giả, cùng nội dung sơ lược của tác phẩm, để những tác phẩm này được tới tay bạn đọc, duy trì văn hóa Việt của chúng ta nơi hải ngoại.

....

Tiếp theo đây, chúng tôi xin giới thiệu tác phẩm **Một Góc Quê Nhà** của nhà văn Ngô Sỹ Hân.

Đôi dòng tiểu sử của tác giả:...

Ông có nhiều bút hiệu khác như Ngô Minh Châu, Ngô Quang Trung. Những tác phẩm đã xuất bản như: **Đoạn cuối cuộc đời**, tập truyện, **Mây Bay trong ánh thu vàng** (Thi tập), và **Một Góc Quê Nhà**, vừa được tác giả gửi tới chương trình giới thiệu sách, để giới thiệu đến bạn đọc gần xa.

Ông còn là chủ bút Đặc San Tiếng nói người Việt Michigan từ năm 1996-1998.

Chủ biên nguyệt san Quê Hương Hải ngoại (Michigan Hoa Kỳ) từ cuối năm 1998 đến nay.

Tác phẩm **Một Góc Quê Nhà** dầy 230 trang, ấn phí là 10 Mỹ kim, gồm 12 truyện ngắn, viết cho nhiều thời kỳ, từ những truyện đời lính (vì ông là một quân nhân), và truyện xã hội xảy ra ở Việt Nam, cũng như những truyện ngắn có tính cách gia đình và xã hội tại Hoa Kỳ. Với một giọng văn vui tươi, tưởng như rất mộc mạc mà vẫn không kém phần trào lộng, thâm thúy, tác giả đã cho bạn đọc nhiều lần mỉm cười về những tư tưởng rất mâu thuẫn và đối nghịch giữa các nhân vật trong truyện.

Phần nói về mình, tác giả tự trình bày với bạn đọc về tác phẩm Một góc quê nhà như sau:

"Đây là tác phẩm của một người tập làm văn. Tác giả chưa dám là nhà văn nên chắc chắn độc giả sẽ không thể tìm thấy những áng văn chương tuyệt tác, rải rác trong tác phẩm là những chuyện thật ngoài đời, vụn vặt đến tầm thường, được chắp nối và sắp xếp lại cho thích hợp vời tình tiết và diễn tiến của từng chuyện."

Tác giả khiêm nhường mà nói về mình như vậy, còn quyền thưởng thức và phê bình chắc chắn phải dành cho bạn đọc, và dù muốn dù không, những dòng chữ tuy viết rất giản dị ấy, lại là nhiều bức tranh phản ảnh được đời sống và xã hội, phô bày và nói lên được hầu hết cái vất vả ngược xuôi của đời lính, đời tù, những khuôn mặt của nhân dân, những người đã từng sống qua hai cuộc sống trước năm 75 và sau năm 75. Chưa hết, hoạt cảnh gia đình và xã hội còn được mô tả thật sống động phong phú qua những truyện ngắn được viết từ đời sống ở xứ người, tiêu biểu nhất là truyện "Một Ngày của hai vợ chồng già" hay trong truyện ngắn "Gia đình làm Neo."

Xin mời quý thính giả và bạn đọc thưởng thức một trích đoạn trong truyện "Một ngày của hai vợ chồng già" khi người lính già cùng gia đình lập nghiệp trên nước Mỹ, với cái tuổi mà người ta hay gọi là "Hết Thời" hay đã tới lúc "Lực bất tòng tâm," hai vợ chồng tuy sống chung một nhà, nhưng tư tưởng thì hình như đã có một dòng sông mờ ảo để mỗi người chìm nổi với thế giới của riêng mình, như hai con đường cùng đi đến đoạn cuối, nhưng lại hoàn toàn khác nhau. Trong trang 13, tác giả viết:

"Đầu óc ông còn mải miết về bức thư ủng hộ của Quốc Tế cho dự luật nhân quyền, cho phong trào đòi nhân quyền trong nước. Ông muốn viết làm sao cho thật cảm động để đánh động lương tâm những người đã một lần ngoảnh mặt với ông. Ông cứ dằn vặt tự mạt sát mình không làm tròn bổn phận, ông cho rằng chính mình cũng có lỗi dù mọi chuyện ngoài tầm tay. Còn bà thì cho là ông sống với ảo tưởng: "Bây giờ không là thời của anh nữa. Thời của anh qua rồi, tới thời của lớp nhỏ."

Nhưng ông cho rằng ông chưa giải ngũ dù đã buông súng. Không còn súng nhưng ông còn cây bút. Ông viết cho người ngoài đọc chớ các con ông không đứa nào xem. Các anh chị quên tiếng Việt hết rồi, thậm chí dưới mắt chúng, ông hiện thân là "một ông già hủ lậu, lỗi thời, việc nhà thì nhác, việc chú bác thì siêng, lo con bò trắng răng."

Đọc đoạn văn trên, bạn đọc có thể thấy rõ được tấm lòng và khắc khoải của người chiến sĩ già nửa chừng buông súng mà nuốt vào lòng một nỗi buồn gặm nhấm kéo dài một phần tư thế kỷ. Ai chia xẻ được điều đó, nếu không phải là vợ ông, nhưng, tác giả đã mô tả chân dung người lính già trong trang 17 của tác phẩm **Một Góc Quê Nhà** như sau: "Mới đó mà đã mấy mươi năm! Ông ấm ức là lực bất tòng tâm, hồi ra đi ông những muốn làm một cái gì đó nhưng mười năm rồi, ông đâu làm được cái gì cụ thể mà tóc đã muối nhiều hơn tiêu. Dù người ngoài thấy ông lẹ làng lanh lợi như vậy, nhưng chính ông biết mình hơn ai hết. Năm trước, ông hít đất được 35 cái thẳng thừng đúng tác phong quân trường Thủ Đức và quân trường Nha Trang, bây giờ rán lắm cũng chỉ được 16. Lúc thay cái hàng rào, ông phụ các anh ôm một bao xi măng không thấy mệt, mà bây giờ bưng một thùng sữa đã thở. Sáng dậy xương cốt rã rời như ông Trời chỉ mới sắp mà quên ráp lại, vì bận sáng tạo những con vi trùng bịnh Than, bịnh Aids."

Với một giọng văn mộc mạc, bình dị, vẫn không kém phần chua chát, tác giả đã mô tả được hết cái bất lực của con người đối với thời gian. Thời gian là liều thuốc nhiệm màu để hàn gắn những mất mát, đổ vỡ, nhưng chính thời gian lại là cái cân đo, đong, đếm được số phận con người. Cái hay của tác giả là ông viết thật dễ hiểu, không cầu kỳ trau chuốt nhưng làm nổi bật lên những điều mà ông muốn nói. Trong truyện gia đình làm nail lại là một bức tranh xã hội sống động nhất, nó phản ảnh rõ rệt nhất giá trị của đồng tiền giữa một xã hội nhiễu nhương, mọi thứ bằng cấp, học hành đôi khi cũng đành đầu hàng số phận, tiếng nói của đồng tiền vẫn là mãnh lực để tăng thêm giá trị cho con người ở xã hội Tiền là Tiên là Phật. Trong truyện gia đình làm nail, tác giả mô tả thật tỉ mỉ và chính xác vị trí của người chủ gia đình, trước là một người lính, sau năm 75 đi tù, và may mắn đem được gia đình sang tỵ nạn tại Hoa Kỳ. Nhưng từ đấy ông trở thành cái bóng, để vợ và các con nắm hết mọi việc lớn bé trong gia đình. Ông là một thứ đồ cổ chưa vứt đi được, là một người mà nếu ai có hỏi ý kiến thì chỉ là hỏi cho có chuyện, rồi ông cũng chỉ trả lời một cách mơ hồ. Mọi người chưa quên hẳn ông, nhưng tự ông biết phải tách rời ra khỏi thế giới của bạc tiền và tham vọng. Ông lại còn bị bất lực, trong khi bà vợ tuổi hồi xuân đang thời sung sức. Toàn bộ câu truyện đối thoại khá nhiều, có nhiều nhân vật xuất hiện trong tác phẩm tùy theo thời gian và không gian lúc họ có mặt, cái này liên quan tới cái kia. Bà vợ, những đứa con, những người bạn mới của một gia đình thành công, đang bước vào thế giới của những người giàu sang, quý phái, mà lại trống trải hoàn toàn. Để rồi từ đó nảy sinh ra bao nhiêu chuyện, cho ông đứng chơ vơ một mình một chỗ bên lề, với đoạn kết của truyện mà bạn đọc sẽ thưởng thức sau đây:

"Ông Giang càng ngày càng như chiếc bóng mờ trong cơn lốc xoáy, như không còn ai để ý đến sự hiện diện của ông trên cõi đời nầy. Cũng từ ngày làm chủ tiệm neo, bà Giang khai bịnh hoài hoài, nhưng vì không có bảo hiểm sức khỏe, bà Giang lại phải nhờ ông bác sĩ Phạm Hoàng Thanh đến tận nhà để chữa bịnh. Bệnh bà càng ngày càng lậm, nhất là khi ông Giang đi đâu xa."

Tác phẩm **Một Góc Quê Nhà** của Ngô Sỹ Hân, đã lôi kéo bạn đọc từ đầu đến cuối, vì nó đơn giản chỉ là những chuyện đời, ở đó bạn đọc bắt gặp được những phần đời mình có trải qua, có thấy, có lúc tưởng như là đang cùng tác giả trôi nổi theo dòng đời của các nhân vật. Nó dễ thương mà cũng đau xót biết bao nhiêu, ở đó có gia đình một người lính xa vợ con, cố gắng ổn định một chỗ ở cho gia đình, nhưng cuối cùng lại là cái chết thảm của người vợ trong sân trường buổi cuối cùng của ngày bãi trường. Là sinh hoạt của những xóm cũ làng xưa, là hình ảnh người cha giữa hai lần ranh nghiệt ngã, con đứa bỏ vào bưng biền, đứa đi lính Quốc gia, tới ngày hòa bình thì đứa chết, đứa tù tội. Đó là hình ảnh Ông Chín Chòi trong truyện ngắn: Gia đình ông Chín Chòi. Cái thất vọng cuả người cha thể hiện rõ nhất trong tác phẩm này, nó như một bài học hay một cái tát tai dữ dằn quật vào mặt những con người miền Nam ngây thơ, không phân biệt hành động sai lầm đối với một cuộc cách mạng mà họ tưởng rằng sẽ đem lại sự no ấm cho cả hai miền Nam Bắc.

Trân trọng cảm ơn tác giả đã gửi sách cho chương trình Giới thiệu sách Đài Saigon Houston, xin ân cần giới thiệu tác phẩm Một Góc Quê Nhà, của tác giả Ngô Sỹ Hân đến với độc giả gần xa. Muốn có sách, xin liên lạc với ông qua điện thoại:

248- 740- 0669 Hoặc qua email :

Ngosyhan2002@ yahoo. com.

Sách dầy 230 trang, ấn phí là 10 mỹ kim, ngoài Hoa Kỳ, xin gửi thêm 2 mỹ kim cước phí.

(Trích từ Chương trình Giới thiệu Sách trên Đài Saigon Houston - Nguyên Nhung, 2003)

CHƠN THÀNH CẢM ƠN

Chơn thành gởi tới các bạn văn nghệ sĩ và thân hữu như một món quà mọn mà tác giả có thể làm được trong khả năng của mình.

Chơn thành cảm ơn các bậc trưởng thượng, bạn hữu, và sự đệ cùng các bạn trẻ đã khuyến khích và giúp đỡ tác giả hoàn thành tác phẩm nầy.

Chơn thành cảm ơn những người bạn nối khố trước kia, và những người từng quen biết sau nầy đã cho phép tác giả dùng tên thiệt như kỷ niệm một vùng trời quê hương vào một giai đoạn trớ trêu của lịch sử.

Tác giả

TRƯỚC KHI VÀO TRUYỆN

Đây là tác phẩm đầu tay của một người tập làm văn. Tác giả chưa dám là nhà văn nên chắc chắn độc giả sẽ không thể tìm thấy những áng văn chương tuyệt tác trong tập truyện nầy. Rải rác trong tác phẩm là những mẩu chuyện thiệt ngoài đời, vụn vặt đến tầm thường, của cuộc sống những con người rất tầm thường được chấp nối và sắp xếp lại cho thích hợp với tình tiết và diễn tiến của từng truyện.

Cuộc sống của tác giả cũng bình thường - có khi còn tệ hơn bình thường - và tầm thường như của tất cả mọi người dân miền Nam sanh ra thời chinh chiến và lớn lên trong lửa đạn. Tác giả chưa từng được bước vào những nơi sang trọng như vũ trường và những nhà hàng lớn... cho dù sau khi đã nên "danh phận." Vì vậy, độc giả cũng sẽ không tìm thấy cảnh ăn chơi trụy lạc của giới "thượng lưu, trí thức" xã hội miền Nam thời trước năm 1975!

Cầm bút, tác giả tự cảm thấy có bổn phận tiếp bước những người đi trước, chớ không dám mơ màng có mặt trên văn đàn hay lưu danh trong văn học sử. Nhưng chưa chắc tác giả có thể dám xuất bản nếu không được sự khuyến khích của các đồng môn từ trường mẹ Thủ Đức và các chiến hữu Không Quân, các bạn văn nghệ sĩ, cùng các thân hữu, và độc giả. Nếu sau nầy tác giả có lỡ thành danh thì đó là nhờ công của quý vị và phần nỗ lực riêng của cá nhơn tác giả chỉ đáng là một hạt cát trong sa mạc minh mông.

Về cái tựa của tập truyện nầy, tác giả đắn đo không biết nên chọn một cái tên như chủ đề của tác phẩm hay nên lấy tên một truyện mà mình ưng ý nhứt. Có thể từ những tập sau, tác giả sẽ đặt tên theo chủ đề, nhưng như vậy thì rất khó cho sự lựa chọn bài vở. Lúc đầu, tác giả định đặt tên cho đứa con so là **Gia Đình Ông Chín Chòi**, nhưng hình như một vài văn hữu cho là hơi quê mùa, một thi hữu khác đề nghị **Một Thoáng Mưa Bay** hay **Một Thoáng Mây Bay** nhưng vẫn thấy chưa ổn. Tác giả có lúc lại nghĩ tới cái tựa là **Một Góc Trời Quê Hương**....

Nhưng điều gợi ý gần nhứt có lẽ phát xuất từ chuyến đi dự buổi tiệc gây quỹ Cây Mùa Xuân Chiến Sĩ của cộng đồng người Việt ở Cleveland, Ohio, do nữ sĩ Vũ Thi An mời. Trong lúc lái xe, tác giả không cầm được nước mắt thưởng thức CD cổ nhạc và tân cổ giao duyên của nữ chiến sĩ Nguyệt Ánh. Thật bất ngờ vì trước nay tác giả chỉ nghe Nguyệt Ánh và các nghệ sĩ trong Nhóm Hưng Ca hát tân nhạc đã thấy lòng bồi hồi xúc động. Nay giọng Nguyệt Ánh xoáy vào tâm can khiến người nghe cứ ray rứt như mang một mặc cảm phạm tội vì một nửa đoạn đường chiến binh còn lại mình đã vội quên!

Lại nữa, theo nhạc sĩ Lưu Xuân Bảo, nhóm Hưng Ca thường đi lưu diễn đó đây, sân khấu có khi chỉ là một bãi đậu xe, hoặc một khoảng đất trống chớ không cần một hội trường sang trọng, và khi trình diễn thường lấy chủ đề một cách rất khiêm nhường nhưng theo tác giả, ý nghĩa thật nhẹ nhàng và gợi một niềm luyến nhớ. Chúng ta đi lưu vong, đi tị nạn, đi mang theo một trời quê hương nhưng theo năm tháng, vùng trời quê hương hay một góc quê nhà đó hình như chỉ còn là một dấu ấn kỷ niệm hằn sâu trong lòng.

Cho nên tác giả đã quyết định mượn tạm đặt tên cho tác phẩm nầy là **Một Góc Quê Nhà** để bày tỏ sự ngưỡng mộ những con người còn bầu nhiệt huyết trong tim, đồng thời để kỷ niệm cũng như làm món quà tặng cho chuyến công tác của nhóm Hưng Ca - gồm Nguyệt Ánh, Nguyễn Xuân Nghĩa, Nguyễn Hữu Nghĩa, Đoàn Chính, và Lưu Xuân Bảo - về Tiểu bang Michigan trình diễn vào ngày 27 tháng Tư năm nay.

Mặt khác, truyện ngắn **Gia Đình Ông Chín Chòi** cũng chưa hẳn là tác phẩm ưng ý nhứt của tác giả trong tập truyện nầy. Nhưng ông Chín Chòi là hình ảnh rất phổ cập của hầu hết - nếu không muốn nói là tất cả - ông già nông dân ít học, cần cù, chịu đựng, và cam phận... sống trong vùng thôn quê miền Nam thời trước năm 1975. Gia Đình Ông Chín Chòi là gia đình của hầu hết mọi người dân ở nông thôn, với một cổ đôi ba tròng, và mơ ngày hòa bình độc lập, những tưởng có hòa bình rồi thì được độc lập, và được sống ấm no hạnh phúc!

Trong thực trạng đó, hoàn cảnh bi đát điển hình nhứt là gia đình nào cũng có người thân ở hai chiến tuyến đối đầu nhau. Suốt trong cuộc chiến tranh ý thức hệ nầy, chánh quyền miền Nam có thể vì nhơn đạo, vì thiếu khả năng, vì lơ là, và vì vô tình... đã xô đẩy về phía bên kia, hoặc không lôi kéo được, khối đông đảo nông dân về với chánh nghĩa quốc gia. Dù muốn hay không muốn, chính họ đã là nguồn yểm trợ tiếp vận, nhơn sự, tài chánh, và tình báo... cho giặc trong suốt thời kỳ xâm lược của quân Bắc Việt.

Từ kinh nghiệm lịch sử đau thương đó, chúng ta có rút được bài học hữu ích nào cho các thế hệ mai sau không? - Có nhưng rồi lại quên! Có nhớ mà chỉ nhớ trong phút giây! Nhu cầu văn minh như một thứ cám dỗ thường xuyên làm mờ đi hình ảnh Một Góc Quê Nhà vẫn còn chìm sâu trong vùng tăm tối. Ở đó, những con người Việt Nam vì muốn trở thành con người đích thực quyết cố vươn lên dưới ánh mặt trời, vì sống không được làm người nên muốn được chết như một con người!

Cuối cùng, có một số địa danh tác giả dùng tên

thiệt như một kỷ niệm vùng quê hương tác giả đã sanh ra và lớn lên từ những ngày đình chiến tới thời ly loạn. Và, danh tánh một số bạn bè cùng những người quen cũng được giữ nguyên, tác giả muốn nhắc nhớ một thời dĩ vãng tưởng mờ xa mà thiệt sự còn bàng bạc trong không gian và với thời gian.

Mong quý vị độc giả sẽ tìm thấy hình ảnh của chính mình đâu đó trong tác phẩm nầy.

Xin mời...

1

MỘT NGÀY CỦA HAI VỢ CHỒNG GIÀ

Hôm qua là ngày Thứ Năm. Trước khi ra khỏi nhà, ông dự định sáng lại sẽ cắt cỏ cho bà xã vui lòng. Đi làm về nhà lúc 3 giờ sáng, ngang phòng bà, tiếng kéo gỗ ngọt ngào vọng ra. Vì cánh cửa chỉ khép hờ, ông đẩy nhẹ dòm vào. Dưới ánh sáng mờ nhạt của cái đèn ngủ nhỏ trên bàn cạnh đống giấy tờ sách vở gọn gàng, bà an giấc điệp ngây thơ thiên thần. Ông rón rén bước vào giang sơn bừa bộn của mình. Nhìn vô bảng công tác "Things to do": còn nhiều việc phải làm cho xong. Hai bài viết cho số báo mới và một truyện ngắn cho đặc san của một người bạn thân. Không thể để mất uy tín dù bà chủ bút hối như giặc nghe rất tự ái!

Ông trở lại đóng cửa để tránh nghe tiếng kéo gỗ từng chập của bà. Ông mới ngồi vào bàn một chút mà tới gần bảy giờ sáng lúc nào không hay. Thời gian đâu có chờ nhưng ông bắt buộc phải đi ngủ để còn tiếp tục trả nợ đời! Ông thức giấc đâu khoảng mười hai giờ trưa nhưng dậy không nổi bèn nướng thêm chút nữa. Khi ông mở mắt ra lần chót thì gần hai giờ chiều. Biết bà sắp về tới, ông thay bộ đồ lao động cũ xong lật đật chạy xuống bếp pha cà-phê rồi làm phận sự của một người đàn ông gương mẫu trong gia đình. Nhưng khi nhìn ra bãi cỏ còn lóng lánh những giọt mưa sớm, ông mới biết trong lúc ông ngủ, ông trời vẫn làm việc như thường. Thế là ông có lý do câu giờ thêm một ngày nữa!

Bưng ly cà-phê trong tay trái và quyển sách tay phải, ông yên tâm ra ngoài hút điếu thuốc đầu tiên trong ngày. Ông hớp một ngụm cà-phê xong, tiếp theo kéo một hơi thuốc, sao nghe phê tới tận trong tim phổi! Đâu phải ông ngu dại gì mà không biết hút thuốc hại sức khỏe! Nhưng nếu chỉ hại sức khỏe của riêng ông thì ông cũng chẳng màng. Trái lại, bác sĩ nói nó làm cao Cholesterol và giảm sinh lực khiến bà xã không hài lòng nên ông mới lo.

Súng của ông không dùng đã gỉ sét và hết đạn đã lâu, từ những ngày đi ở tù về, nhưng chừng như bà xã còn phong độ! Thời gian gần đây bà hay nói xa nói gần về chuyện phòng the mà hình như ông đã quên lâu lắm rồi. Bà nhắc bài viết của ông Nhà văn Trà Lũ kể chuyện vui trong đám kỷ niệm của hai vợ chồng già nọ. Ông chồng mong rằng phu nhơn đừng *khô khan*; bà vợ đáp từ hy vọng đấng lang quân đừng quá *mềm lòng*! Vì vậy mà ông quyết tâm bỏ thuốc nhiều lần lắm rồi để tái hồi kim trọng, nhưng vẫn tái đi tái lại hoài như ghẻ ngứa! Lâu lâu ông cũng hứng đột xuất, nhưng bà dứt khoát "Nô bỏ thuốc" thì "Nô ngủ chung"!

Vốn xuất thân con nhà nghèo đâu có biết ăn chơi là gì, ông không biết nhảy đầm, rượu chè, trai gái; chỉ còn thú tiêu khiển duy nhứt là đọc và viết. Cuối cùng ông bỏ cuộc và tự an ủi bây giờ đời không còn gì vui, thôi thì cứ hút cũng chẳng tốn hao gì bao nhiêu. Họa hoằn lắm nếu có giảm thọ vài năm cũng không sao. Thiếu gì người không hút xách rượu chè vẫn đi gặp anh Sáu Ván trước ông. Họ lại mắc những chứng bệnh ngặt nghèo như ung thư phổi hay xơ gan, mà đúng lý ra phải là người nghiện thuốc hay ghiền rượu mới bị! Tử vi nói ông sống tới 68 tuổi. Làm bài toán trừ tiểu học đơn giản, ông còn thọ hơn mười năm nữa!

Thiệt sự thì không phải ông khỏe mạnh hoàn toàn. Ông mắc chứng bịnh khi đọc sách phải vừa nhăm nhi cà-phê vừa kéo thuốc lá. Không phải ông là con mọt sách vì ông chỉ đọc khi giải lao mà thôi. Nhưng không đọc không được vì đó cũng là công tác của ông. Đọc để biết nội dung nó nói gì mà điểm sách với phê bình. Ông thường nghĩ gần trọn cuộc đời hình như ông không làm việc gì thừa! Đã vậy, ông còn ước phải chi đừng có đêm hoặc đêm ngắn chừng vài tiếng đồng hồ thôi để cho ngày dài ra.

Dù vậy, vừa đọc sách, ông cũng có thì giờ liếc sơ qua thành quả của bà xã bấy lâu nay. Dĩ nhiên bà không đóng nổi cái khung vườn hoa hình lập thể nhưng sở dĩ nó hình thành được là nhờ óc sáng kiến của bà. Ông chỉ đóng góp công sức có mỗi việc ấy. Rồi về sau tất cả mọi chuyện từ A đến Z đều do bàn tay của bà chớ ông đâu có thì giờ mó tới. Dù không để ý nhưng ông nhìn công trình tâm huyết của phu nhơn cũng thấy mát lòng trong những lúc bà cằn nhằn rằng ông "chỉ lo chuyện gì đâu không hà!"

Người ta không biết có phải ông ham nổi tiếng như bà thường nói khích không. Nhưng xem ra ông lập dị bất cần đời, từ cách ăn nói tới dáng dấp bên ngoài. Ông chỉ làm theo ông nghĩ chớ không theo lời bàn của thiên hạ. Nếu nhận xét ông là một nghệ sĩ thì chắc có nhiều phần đúng hơn. Hình như bà cũng có đôi chút hãnh diện về "ông chồng già Bắc kỳ lập dị của tôi" như khi nói chuyện với những người bạn thân. Nổi tiếng thì ông đã nổi rồi, nổi tiếng là tay quậy số một ở đơn vị. Còn nổi như người hùng Lý Tống thì ông không dám! Cũng hơi bị lây cái bịnh nầy của ông, có khi bà nói thẳng thừng không sợ ông tự ái:

- Già rồi an phận đi. Cái tật háo danh suốt đời không bỏ! Người quân tử chân chính không cầu danh!

Nhưng không thấy ông phản ứng gì, bà lại tiến lên luôn:

- Việc nhỏ làm không xong thì làm sao mà làm chuyện lớn?

Nghe tiếng mở cửa nhà xe, ông vội dụi điếu thuốc thứ hai đang hút dở vào cái lon bà ý tứ để sẵn và yêu cầu ông phải giữ đúng nội qui. Từ cái sàn gỗ cũ vuông vuông phía sau, ông mở cửa kiếng bước vô nhà bếp. Ông vòng qua dải ghế chỗ bàn ăn, bước qua khung cửa mở ra phòng khách, đi tới chút nữa đến cái cửa chính phía trước đặng chào bà đi làm về cho ra cái điều lịch sự, cũng là lúc bà mở cửa hông từ nhà xe.

Bà ỳ ạch bước lên bực thềm rồi ngồi xuống cái ghế lỡ ông đóng dành riêng chỉ mỗi việc nầy cho bà. Bà cởi giày một cách khó khăn mất chừng hai phút đồng hồ trong khi ông kiên nhẫn đứng chờ. Bà trông còn trẻ hơn ông chừng một con giáp, lại đi mỹ viện nên trông còn chải chuốt lắm. Mũi bà bây giờ cao hẳn nhờ miếng silicon độn bên trong. Chưn mày bà không còn một sợi lông nhưng bù lại được xâm thành lá liễu. Người ngoài nhìn sơ qua cứ tưởng bà khéo tay vẽ một vòng cung đúng một phần ba hình tròn trên đôi mắt một mí mà bà đang cố để dành tiền để hô biến thành mắt phượng. Đôi môi bà lúc nào cũng hồng hồng tự nhiên cũng là nhờ cô dược sĩ Thanh bên Windsor.

Nhưng nét đẹp trên không che dấu được vẻ phờ phạc. Ông ân cần hỏi:

- Em làm mệt lắm?

Bà thở hơi ra:

- Nó cứ tăng cái rate hoài! Như cái máy T-10 em làm: hồi đó chỉ 160, tháng trước lên 200, hôm nay tăng 235.

Như mọi khi, ông nói:

- Thì mình cần gì chạy theo, cứ từ từ mà làm!

Bà chống chế:

- Không làm vậy làm sao có bonus?

- Cái vụ bonus nầy không khác gì chế độ làm khoán trong tù.

- Làm khoán trong tù là sao?

- Bữa nay một mét khối, mai hai mét, mốt ba mét..., tăng hoài hoài.

Bà biểu đồng tình:

- Ừ! Tăng hoài.

Ông tiếp:

- Tăng tới lúc nào xong đúng 12 giờ trưa thu dụng cụ là được!

- Vậy ngu sao làm?

- Thế mà có khối thằng....

Ông thương hại bà vợ:

- Xem lại có giống tình trạng của hãng em hôn?

Hình như bà cũng đồng ý nhưng cố cãi:

- Làm lãnh tiền khác, lao động khổ sai trong tù khác. So sánh sao được?!

Lúc bà cởi giày xong, ông đưa tay cho bà vịn

đứng dậy. Chưa đứng vững, bà đã nói ngay:

- Hút thuốc hôi rình chịu hổng nổi!

Thật là lạ! Ông hút thuốc từ hồi bảy tám tuổi tới nay chí ít cũng năm mươi năm, chỉ gián đoạn công vụ trong thời gian ông ở tù. Nói gián đoạn cũng không đúng vì thời gian nầy ông cũng có hút lai rai, thậm chí ông chơi luôn cả thuốc lào. Ông chưa từng nghe bà than hôi, kể cả năm năm đầu sau khi sang Mỹ. Chỉ lúc sau nầy bà mới dở chứng cho đúng khuôn mẫu của những người phụ nữ tiến bộ!

Buông tay ông ra, bà chầm chậm đi thẳng vào nhà bếp mở lò gas, trước khi đặt cái giỏ xuống bàn. Chợt bà hỏi:

- Bộ anh chưa cắt cỏ hả?

Ông phân bua:

- Trời mưa mà cắt cái gì?

Bà vén màn nhìn xuyên qua cửa kiếng trên cái bồn rửa chén:

- Thấy đâu đến đỗi nào!

Ông không trả lời. Bà vừa xào broccoli với củ hành vừa nói:

- Vậy chiều nay dọn cái garage giùm em!

Ông cũng biết điều dọn chén đũa thấy không vui trong lòng, trong khi bà làm cơm:

- Tàu hủ ăn tốt lắm. Bác sĩ nói tránh được ung thư.

Chợt nghe tiếng máy cắt cỏ nổ dòn, bà vừa mừng vừa trách:

- Thằng nhỏ nhà đối diện đang cắt ở bển.

Ông có nghe nhưng làm thinh. Bà nói chuyện nầy sang chuyện kia:

- Anh không thích ăn thịt, em làm đồ chay cho anh.

Ông nhìn bà cảm ơn nhưng cũng không hồi âm. Ông nghĩ thương bà đi làm về phải lo cơm nước hầu hạ ông, kể cả khi ông thất nghiệp. Bao năm nay không lúc nào bà xao lãng bổn phận của một người nội trợ. Công việc của bà hơi nặng nhọc đối với một phụ nữ Việt Nam. Bà làm machine operator cho hãng nầy gần mười năm rồi. Đôi lúc bà cũng thấy bực mình vì hẳn có sự phân biệt đối xử, nhứt là đối với những công nhơn gốc người nước ngoài không rành tiếng Anh, nhưng bà không dám bỏ đi xin hãng khác, một phần vì món tiền về hưu sau nầy, và phần khác vì tự nghĩ với tay nghề và trình độ của bà hiện thời làm sao kiếm được một chỗ nào ngon lành hơn.

Nhưng có lẽ vì tình hình kinh tế suy sụp nên hãng càng ngày càng tỏ ra ti tiện đối với công nhơn. Tăng tiêu chuẩn hoài hình như muốn không ai có thể đạt được. Hoặc một vài người làm đầu tắt mặt tối kể cả giờ nghỉ xả hơi mới may ra. Chẳng bằng lúc trước, nó thiếu điều muốn đội công nhơn lên đầu. Ông giải thích cho bà biết ở đâu cũng vậy nhưng bà không chịu hiểu, cứ hãnh diện là con cưng của hãng! Cũng có thể bà hiểu nhưng cứ giả bộ không cho là ông đúng! Bà còn ấm ức tiếp tục đi vào vấn đề chánh:

- Mấy thằng supervisers, như thằng Bob và thằng Scott, còn nói cái rate đó không ai có thể đạt được. Em đã điền form complaint gởi lên office.

Thấy bà mệt nhọc quá, đâu phải gỗ đá gì mà ông không cảm thương. Bà đã hy sanh cả cuộc đời son trẻ cho gia đình. Thời kách cái mạng về giải phóng miền Nam, nếu bà lờ khờ như nhiều người khác thì chắc ông rục xương trong tù và sắp nhỏ thất học hết. Bà biết cách lòn lách, hối lộ, mua chuộc cán bộ thuế vụ và công an khu vực, cái quán cà-phê bình dân mới còn là cái vú sữa duy nhứt nuôi chồng con. Tưởng qua bên nầy sung sướng hơn, hóa ra không phải vậy; bù lại, được những thứ khác. Trước nay ông đã từng khuyên bà nghỉ hãng tự ra làm ăn riêng thì công việc sẽ nhẹ nhàng hơn. Bà khỏi phải lo cái khoản hụi chết như trước đây ở quê nhà. Thuế thì bà tự giác khai, không cần phải quỵ lụy đám đầy tớ nhơn dân! Cũng chừng ấy tiền mà mình không bị ràng buộc giờ giấc gắt gao, không bị mấy thằng cóc cắn xài xể.

Bà tiếc cái bảo hiểm nhưng phần chánh là bà sợ thua lỗ phải phá sản thì tiêu cái nhà công lao của ông bà bao nhiêu năm dành dụm, dù phần của ông bà cũng chỉ gần nửa giá trị mà thôi. Một phần ba đầu cuộc đời của ông bà cuốn theo cơn lốc đổi đời; một phần ba kế đang trong dòng xoáy thời gian nơi xứ lạ quê người. Nếu thua cuộc kỳ nầy nữa thì mèo lại hoàn mèo. Cho nên bà phải cố đeo đuổi chắc mãi cho tới ngày tận thế!

Bà bổ túc:

- Em ghi cả ý kiến của mấy thằng supervisers cho tụi ở trên biết là không ai có thể làm nổi cái rate đó!

Bà ngồi dùng cơm ngon lành trong khi ông thấy lạt miệng. Cả hai ông bà đều dùng nguyên hàm răng giả nhưng chỉ mình bà không bị ảnh hưởng. Giọng bà vẫn đều đều:

- Ăn vầy mà cũng lên cân. Anh cứ nói cơm không bổ. Trong cơm và bánh mì cũng có chất đường. Anh không thấy bác sĩ cấm những người đái đường ăn nhiều chất bột đó sao?

Ngừng để lấy hơi, bà tiếp:

- Mỗi ngày đi làm em chỉ ăn có một trái chuối và một cái bánh mì sandwich. Em chia làm hai, mỗi cái break em chỉ ăn phân nửa. Với lại em uống nước trà. Người Tàu nói nước trà uống nên thuốc. Bác sĩ cũng xác nhận uống nước trà tốt hơn uống cà-phê.

Không thấy ông có ý kiến gì. Bà ngó lại mới biết ông đang nhìn ra ngoài trời bây giờ quang đãng.

Mấy khóm hoa cúc và vạn thọ hai từng do bà trồng trong cái bồn hình lập thể giữa sân cỏ đang đùa với ngọn gió hiu hiu chỉ đủ làm lay động hàng lá cây phong cạnh hàng rào, nơi hai con sóc màu xám nâu thường ra chơi mỗi buổi sáng. Đã vào thu hai hôm rồi nhưng ba bốn giờ chiều trời vẫn còn ánh nắng. Tuy vậy, không khí có vẻ dịu hẳn so với tuần qua.

Bà nhắc:

- Em dặn trước bữa nào em quên thì anh mang chậu lan vô giùm. Nhưng tối nay 42 độ, em không mang ra. Trời lạnh dưới 50 độ thì nó không chịu nổi. Nó mới nhảy một nhánh mới. Không biết chịu nổi ba cái bông hôn! Thấy quảng cáo chậu lan hai cành đẹp ghê mà chỉ 44 đồng 95.

Bà ít bạn bè vì không có tật ngồi lê đôi mách, nên tập chơi lan để giải khuây, nhứt là lúc ông vắng nhà. Từ ngày biết lên trang mạng học cách nuôi lan thì bà đam mê. Ông tự biết mình thiếu bổn phận với bà xã nên mừng khỏi sợ bà "nhàn cư vi bất thiện":

- Xem lại địa chỉ rồi mai mốt anh chở em đi mua!

Lời hứa của ông làm bà hài lòng. Dù bà tự lái xe đi làm một mình nhưng được ông chở thì bà yên tâm hơn. Trong mục lái xe, bà ghét nhứt là cái khoản de: de tới de lui không biết nên bẻ tay lái sang bên nào! Nhưng bà lại có óc tham mưu nên đã lo xa rằng mùa đông sắp tới:

- Anh lo cắt cỏ hốt lá cho sạch sẽ.

Bà vui ra mặt, cười ra lịnh thêm:

- Rồi còn dọn garage để em đậu xe. Chuyện bên ngoài em làm không nổi thì anh làm giùm đi!

Ông vẫn nghe bà nói. Nhưng những lời của bà xuyên từ lỗ tai nầy qua bên kia tan vào trong gió. Đầu óc ông còn mãi miết suy nghĩ về bức thơ vận động sự ủng hộ của quốc tế cho Dự luật Nhân Quyền HR-2833 và cho phong trào đòi nhơn quyền trong nước. Ông muốn viết làm sao cho thật cảm động để đánh động lương tâm những người đã một lần ngoảnh mặt với ông. Ông cứ dằn vặt tự mạt sát mình không tròn phận sự. Ông cho rằng chính mình cũng có lỗi cho dù mọi chuyện ngoài tầm tay. Còn bà thì cho rằng ông sống với ảo tưởng, "Bây giờ không còn là thời của anh nữa. Thời của anh qua rồi, tới thời của lớp nhỏ!"

Nhưng ông cho rằng ông chưa giải ngũ dù đã buông súng. Không còn súng nhưng ông còn cây bút. Ông viết cho người ngoài đọc chớ các con ông không đứa nào xem. Các anh chị quên tiếng Việt hết rồi! Thậm chí dưới mắt chúng, ông hiện thân là một ông già hủ lậu, lỗi thời, "việc nhà thì nhác việc chú bác thì siêng," lo con bò trắng răng! Nhiều khi bà nói đúng: "Anh không biết dạy con!" Cho nên tới giờ ông vẫn không hiểu nền "giáo dục khai phóng" không đúng hay ông áp dụng sai. Con cái của ông bà tệ nhứt cũng đã xong lớp 12 nhưng không ai biết đọc! Sách vở báo chí không có trong ngôn ngữ của chúng!

Ông nhớ tới anh Đặng thất nghiệp đã nửa năm nay mới vừa được mấy chỗ phỏng vấn, hỏi trống không:

- Anh Đặng đã nhận chỗ nào chưa?

- Nó đang phân vân không biết chọn chỗ nào.

- Phân vân thế nào?

- Chỗ tiểu bang lương ít nhưng nhiều benefit lại gần nhà. Còn chỗ kia nó offer giá gần gấp đôi nhưng nó lại sợ trong tương lai có thể bị lay-off như lần trước.

- Anh nghĩ hẳn nó biết chọn chỗ nào rồi!

- Làm cho tiểu bang thì chắc ăn tới về hưu, khỏi bán nhà. Làm dưới nầy thì bán nhà và phải nương náo ở nhà ông bà già vợ!

- Ai lại đi ở nhờ gia đình vợ!

Ông lại hỏi:

- Còn sanh nhựt bé Nam?

- Tụi nó không chịu làm trên nhà mình. Chồng con Hạnh nói bạn bè nó nhiều không tiện.

- Thằng nầy tự ái tầm bậy. Làm sanh nhựt cháu ngoại mình chớ có bảo tụi nó về đây ở đâu?

Ông kết luận về thằng con trai và thằng rể:

- Thằng Đặng với thằng Quân tính tình khác nhau như mặt trời mặt trăng!

Bà tiếp chuyện sanh nhựt bé Nam:

- Cho nên em phải xuống dưới phụ nấu nướng. Mới thôi nôi mà ai cũng tưởng nó hai tuổi.

- Con trai mà! Hơn nữa, vợ chồng con Hạnh đứa nào cũng to con.

- Còn chừng hơn tháng nữa mới sanh mà xem con Hạnh nó ạch đuội quá!

- Có vấn đề gì hôn?

Bà than:

- Không! Vậy mà sanh liền liền!

- Nếu không thì mặc chúng! Có sức thì cứ sanh chừng nào ngán thì thôi!

Nửa muốn xin lỗi bà xã, ông ngập ngừng:

- Mai bảo đứa nào chở em xuống nhà con Hạnh. Anh đi họp tối về ghé chơi với tụi nhỏ chừng một tiếng, anh sẽ đưa em về.

Bà nhìn ông:

- Ngày thôi nôi của cháu ngoại anh cũng đi họp?

Ông không trả lời. Biết chẳng bao giờ ông đổi ý một khi đã quyết định, bà lại nói chuyện nhà:

- Em định bỏ thảm thay bằng gỗ. Thằng Đặng lợi dụng thời gian còn nghỉ sẽ làm giùm mình. Thảm giá gấp đôi lại mau dơ. Còn gỗ oak thì nó làm tăng giá trị nhà.

Ông lơ là:

- Chừng nào nó nhận việc ở hãng?

- Hai tuần nữa.

- Có chắc hôn? Hay rồi cũng bỏ dở như cái basement?!

Bà không biết phải giải thích thế nào, vì chuyện đó là hoàn toàn lỗi của bà. Lúc đầu anh Đặng hăng hái muốn biến cái từng hầm thành nơi tụ họp bạn bè. Nhưng khi đổi đi làm xa thì anh hết hứng nên phủi tay luôn. Kế đó anh lại mua nhà gần chỗ làm, chưa chắc mỗi tháng anh chị về thăm ông bà được một lần. Cuối cùng cái từng hầm như một công trường xây cất dở dang mà ông không có thời giờ cạo râu thì lấy đâu mà dọn dẹp!

Lần nầy thì ông tỏ ra không tin lời hứa của anh Đặng nữa. Ông biết tánh anh Đặng. Vì không phải chuyện nhà riêng nên anh ấy dễ mất hứng lắm. Tuy nhiên ông cũng không có ý kiến gì. Vậy mà mấy đứa nhỏ trao đổi qua lại thế nào khiến bà hiểu lầm:

- Sao anh lại trách em không bàn với anh?

- Anh có trách em đâu!

- Tiền em em làm. Còn tiền anh anh để in sách. Mấy cuốn rồi có lấy vốn lại được đâu!

Khi nào bà tấn công về vụ in sách thì chắc chắn ông phải đầu hàng hai tay. Không nại một lý do gì để có thể chống đỡ được, nhưng ông vẫn cho rằng việc làm của mình là đúng và cần thiết hơn là chuyện tân trang nhà cửa. Lúc ông bà đi tị nạn cũng chỉ mang theo một quê hương mà thôi!

Bà xong bữa nhưng như chưa cảm thấy đủ bèn uống thêm một ly sữa:

- Bữa nào có anh ở nhà, em muốn cữ cũng không được!

Dù không thuộc loài nhai lại, ông vẫn còn nhơi một chén chưa xong. Bà nói nhiều khi nhìn cách ông ăn cũng phát ghét. Từ hồi qua Mỹ, ông chưa từng có một bữa ăn ngon như cách nay chừng mươi năm, như thưởng thức một tô bún bì của bà Mười gánh hàng rong ở chợ Biên Hòa hoặc một tô hủ tiếu Nam Vang quán Tuyết Hồng đường Hàm Nghi. Nghĩ lại hồi trong tù, ăn bất cứ cái gì cũng ngon mà không khi nào thấy đã! Đói triền miên!

Mới đó mà đã mấy mươi năm! Ông ấm ức rằng lực bất tòng tâm. Hồi ra đi ông những muốn làm một cái gì đó nhưng mười năm rồi ông đâu làm được cái gì cụ thể mà tóc đã muối nhiều hơn tiêu. Dù người ngoài thấy ông lẹ làng lanh lợi như vậy nhưng chính ông biết mình hơn ai hết. Năm trước ông hít đất được ba mươi lăm cái thẳng thừng đúng tác phong quân trường Thủ Đức và huấn nhục Nha Trang mà bây giờ rán lắm cũng chỉ được mười sáu. Lúc thay cái hàng rào, ông phụ các anh ôm một bao xi măng không thấy mệt mà bây giờ bưng một thùng sữa đã thở. Sáng dậy xương cốt rã rời như ông trời chỉ mới sắp mà quên ráp lại vì bận sáng tạo những con vi trùng bệnh Than, bệnh AIDS....

Ngày mai là Thứ Bảy. Bà khỏi sửa soạn bữa ăn đi làm mang theo. Bà vừa đứng lên vừa nói:

- Mỗi ngày em chỉ ăn có một miếng sandwich với một trái chuối mà cũng lên cân cản không nổi. Anh vô kiếng xem lại anh đi. Nhìn kỹ xem mặt mũi anh thế nào? Da trổ đồi mồi, mặt nhăn nheo, đầu cù lũ chĩa! Đám bạn anh đâu có ai èo uột như anh. Người ta năm mươi mà nhìn như bốn mươi; còn anh năm mươi mấy mà tưởng như bảy mươi lăm! Không ăn được cũng phải rán mà ăn, "ăn để sống." Anh chỉ cần lên năm pounds thôi thì nhìn cũng đỡ đỡ!

Rồi bà nhấn mạnh:

- Anh chỉ lớn hơn em có hai tuổi mà xơ xác quá! Tụi nhỏ mắc cở vì anh!

Ông bỗng nổi giận, đập tay xuống bàn, lớn tiếng:

- Đứa nào nói?

Thấy ông đổ quạu, bà xuống xề đúng lúc:

- Tụi nó không dám xúc phạm anh đâu! Chỉ vì tướng tá anh nhìn ám ảnh quá đi thôi!

Bà nói đúng. Nhiều lúc nhìn vô gương, ông cũng tự nhận rằng mình già trước tuổi! Lúc ông thất nghiệp, bà bảo "Có chỗ nầy cần người, anh có muốn apply hôn?" Ông tưởng thiệt, hóa ra bà nói ông thầy bùa muốn in hình của ông để treo đầu giường trị con nít khóc đêm!

Ông mau giận mà cũng dễ nguôi. Một lát bà cười giả lả:

- Đó là em nói. Đi với anh người ta quở em không lo cho anh!

Trong một tiệc cưới trước kia, ông sếp cũ vì quá thân mật nói lỡ lời một câu mà bà nhớ hoài. Bà lo cho ông từng li từng tí như chăm sóc con nít mà ông vẫn cứ ròm, báo hại người ngoài chê bà nội trợ dở và thiếu bổn phận với ông. Rồi bà đổ thừa tại ông hút thuốc lá và thức đêm. Bà áp dụng chiến thuật "mưa dầm thấm đất" hy vọng ông sẽ bớt. Nhưng ông vẫn trơ trơ không có vẻ gì phục thiện! Dù không bao giờ nói ra nhưng trong lòng bà vẫn phục cái tánh ngang bướng của ông. Bà biết chuyện gì ông quyết định làm thì trời gầm ông cũng chẳng bỏ.

Ông nghĩ bây giờ thiên hạ và các con ông không hiểu ông. Đây cũng là điều khiến ông buồn phiền ray rứt. Người ngoài thì có lý do, nhưng chính vợ con mà cũng xem ông như người cõi trên thì quả thật ông quá cô đơn! Chỉ sau khi ông chết đi, người ta mới khám phá ra thiên tài ẩn của ông. Bởi vậy ông rán thọ chừng mười năm nữa thôi. Trong mười năm còn lại ít ỏi đó, ông phải hoàn tất những tác phẩm đang thai nghén. Và quan trọng nhứt là ông muốn - dù chống gậy - về uống cà-phê giữa thủ đô Sài Gòn!

Ông không biết mình nói thiệt hay đùa:

- Năm mươi năm sau chúng sẽ hãnh diện về anh!

Dù không dấn thân, đôi khi nói đâm hơi, nhưng bà vẫn ủng hộ việc làm của ông. Bà vỗ vỗ một tay lên vai ông:

- Thôi em lên ký Petition ủng hộ Dự luật Nhân Quyền! Bye bye!

Nhưng trước khi lên lầu, bà còn gỡ gạc nói khích một câu:

- Thân mình mà không lo xong thì làm sao lo chuyện thiên hạ được?!

Ông nghĩ có khi nào bà nói đúng?!

■ nhuận sắc *240612*

2

BÁC AN VÀ CUỘC TÌNH XA

Năm ngoái, một người bạn học của bác An từ dưới quê lên Biên Hòa thăm từ giã ra đi về miền đất hứa, một vùng bao nhiêu người hằng mơ ước từ những ngày tháng nhọc nhằn và nhục nhã trong trại tù. Hai ông bạn già không có thời giờ chén tạc chén thù, ngồi uống cà-phê ở một quán cốc của bà vợ một người đang còn ở tù cải tạo là bạn của bác An. Quán bên lề đường thuộc loại quán "một đồng đậu ba đồng dầu" là nơi tập trung đủ hạng khách bình dân, uống một ly cà-phê mà ngồi hai ba tiếng đồng hồ và uống hết ba bốn bình nước trà. Uống xong rồi tự nhiên đứng dậy đi, nếu không có bà chủ ở đó, mai mốt tính tiền. Thường không có người lạ, nói năng có phần thoải mái hơn, không cần lấm la lấm lét dòm trước ngó sau.

Xuất cảnh thời gian nầy là câu chuyện thời sự hầu như của mọi gia đình, nhứt là của những người tù cải tạo, gia đình có con lai, và thậm chí của những tư bản mới. Trông vẻ mặt hớn hở của ông bạn, ngay cả thầy bói mới ra nghề cũng đoán được là ông ta có số "sẽ đi lập nghiệp xa, và tương lai xán lạn." Ông Nguyễn Thành Long ra tù với hai bàn tay trắng dắt hai con về tá túc phía bên nội ở xã Mỹ Lệ. Mặc dù có hơi xui xẻo một chút là làm con bà phước trong tù thời gian ba năm sau cùng, nhưng ông lại được một nơi đàng hoàng tử tế lo hết mọi thủ tục giấy tờ ra đi với một người vợ hờ. Dù chưa bị tình phụ và không được may mắn như ông Long, bác Lê Long An ở cái tuổi nửa đời vẫn còn chờ đợi người trong mộng!

Bây giờ, bác An cũng đã tới bến. Suốt ngày đi ra đi vô hết uống cà-phê hút thuốc lá đến xem phim chưởng, chán phim lại dán mắt vào cửa kiếng nhìn ra ngoài. "Song thân đã đi rồi, phải chi chú nó còn sống cho có anh có em nói chuyện cũng đỡ buồn!" Chú Đăng vắn số, mới hai mươi sáu tuổi, tử trận vào giờ thứ hai mươi lăm, hai ngày sau khi có lịnh buông súng. Ông bà nội cưu mang con dâu và đàn cháu trong giai đoạn nghiệt ngã của lịch sử mà những người không có cảm tình với cách mạng gọi là thời ông-thành-thằng thằng-lên-ông! Người ta không còn khen gia đình ông bà nội thật có phước nữa: "có hai thằng con trai đều làm quan cả!" Ông trời cũng có con mắt, đợi cho quan bác trở về lo cho các cháu, ông bà mới an tâm nhắm mắt qui tiên. Trước khi xuôi tay, ông bà còn rán căn dặn "cho vợ con thằng Đăng đi trước đặng còn lo tương lai cho mấy đứa nhỏ" nhưng thím Đăng đã nuôi cá dưới lòng biển sâu. Trong ba đứa, chỉ một mình thằng Dương sống sót, bây giờ ở chung với bạn bè.

Bác An thắc mắc:

- Nghe nói người Việt tị nạn nhiều lắm mà sao không thấy ai hết vậy?

- Đa số họ tập trung ở các tiểu bang miền Nam và miền Tây nắng ấm!

- Sao mình không về dưới sống?

Thằng Dương phân trần:

- Sang năm con ra trường hẳn tính, bác à!

Hồi ba nó tử trận và bác An đi ở tù thì thằng Dương mới chín mười tuổi. Ở trại gia binh bị đuổi ra ngoài đường, mẹ nó khóc lóc năn nỉ thế nào mấy ông cách mạng cũng không cho, bảo là gia đình Mỹ Ngụy có nợ máu với nhân dân. Cùng đường phải về Long Hòa làm ruộng với ông bà nội. Mẹ nó là cô giáo làm sao mà đi cấy, nhổ mạ, đào kinh, đắp đập! Còn học hành gì mà nhà trường cứ bắt học trò đi lượm ve chai cho kế hoạch nhỏ! Học hành chập chờn như vậy nên tới khi bác An về thằng Dương cũng chưa xong trung học. Bác bảo phải đi, dù chết cũng phải đi. Phó thác số mạng cho trời đất!

Nhưng trời đất không cứu nổi mẹ và hai đứa em nó. Mẹ nó dạy học trò "tiên học lễ hậu học văn" chớ đâu có giết người. Thằng Lâm chỉ ngổ ngáo với đám con nít kiêu binh con của cán bộ nằm vùng chớ đâu có hiếp đáp đứa nào và đâu có đi ăn cướp tài sản của đồng bào miền Nam. Còn con Loan, nó đẹp và hiền như búp bê. Vậy mà trời không cho mẹ và mấy đứa em nó sống! Tứ cố vô thân, nội ngoại bây giờ chỉ còn lại hai bác cháu. Nhiều khi bác An rưng rưng trách ông trời không có con mắt! Nó nhớ hoài cái giây phút hãi hùng khi đám hải tặc tràn lên tàu!

Thằng Dương an ủi bác An:

- Để con chở bác đi dự lễ Tết cho vui!

Dù người Việt ở đây không đông, năm nào cộng đồng cũng tổ chức Tết để duy trì truyền thống và cho đồng hương có dịp gặp gỡ nhau. Ngay xế chiều Thứ Bảy, thằng Dương cùng đám bạn bè thêm một ông già nhét vô chiếc xe cà tàng bắt nó rán chạy ạch đuội, khói nghi ngút. Cả một rừng người mà không có một người quen, nhưng cũng còn an ủi là mọi người đều da vàng mũi tẹt tóc đen khiến bác An không đến nỗi lạc lõng lắm.

Bác An ra ngoài phía trước ngồi hút thuốc vì bên trong cấm như đa số các nơi sanh hoạt tập thể ở đây. Bác An cố quan sát để nhận định tình hình sinh hoạt của cộng đồng ở đây ra sao. Ngay bàn bán vé xuất hiện một phụ nữ hơi quen quen và chính bà cũng hay nhìn trộm bác. Bác không nghĩ là mình đẹp lão đến nỗi hấp dẫn phụ nữ đến vậy! Cố moi óc xem có phải hình ảnh đã thoáng qua trong đời? Lâu lâu bác lại lén nhìn người phụ nữ, bấy giờ bà cười để lộ ra cái răng hơi khểnh. Chính cái cười và cái răng khểnh ấy gợi lại trong bác An một kỷ niệm mờ xa khoảng ba mươi năm về trước.

Ông nội lấy nơi sanh đặt tên cho bác. Quê bác ở đúng là vùng khỉ ho cò gáy. Chiều nghe tiếng nhái và tối nghe tiếng ểnh ương kêu "quềnh quang" buồn thấu ruột! Con rạch Đôi Ma chạy từ sông Vàm Cỏ Đông không lớn mấy nhưng cũng đủ chia vùng đồng bằng nầy làm hai. Bên kia là làng Long Sơn, chạy về hướng Đông là Tân Trạch, xuống nữa là xã Mỹ Lệ có chợ Rạch Đào. Lúc nầy An đang học năm cuối trường Chu Văn An ở Sài Gòn, một trường trung học mới nghe tới tên bao nhiêu học sanh không cứ ở quê mà cả ở thành thị cũng hằng mơ được bước chân vào. Nhưng bà con ở quê mặc dù không biết ông Chu Văn An là ông nào nhưng có cảm tưởng rằng trường đó ghê gớm lắm vì cứ mỗi cuối tuần, hình ảnh nhức nhối của cậu công tử trong bộ đồ quần tây xanh áo trắng bỏ vô thùng xuất hiện giữa chốn hoang dã nầy! Từ Chợ Lớn về đi ngõ ngã tư Xoài Đôi đến cống Long Hòa đi thêm chút nữa khoảng hai cây số đường đồng là tới nhà. An mới vừa dắt chiếc xe đạp cùn vào sân gạch, bà Chín đã vội vã chia buồn:

- Bà Sáu mất hồi chiều!

- Bà Sáu nào, má?

- Bà Sáu cậu Năm Tòng, cô Tư Khéo.

Nếu bà Chín không nhắc anh cũng không nhớ Bà Sáu nào vì bà thuộc bịnh già ốm đau rề rề từ nửa năm nay. Ăn ba hột cơm xong, An chào mẹ ra đi trong lòng nghĩ những chuyện phải làm và phân công cho anh em. Không phải có vai vế gì cho lắm trong vùng nhưng nhờ có học mà An được anh em tôn làm quân sư. Vùng nầy tính bán kính ba cây số, tụi thanh thiếu niên chạn tuổi học cao nhứt cũng chưa đậu bằng Tiểu học vì nếu đậu thì chúng học tiếp rồi, mà anh An tới những đệ nhứt! Vào thời buổi nầy anh ta có thể viết đơn xem giấy tờ, bằng khoán, trát tòa... cho nên mới nổi danh là một nhà trí thức trong vùng! Trong xứ toàn người mù, thằng chột An làm vua! Nhưng trừ đám con nít xưng hô bằng "anh," ai cũng gọi An bằng "thằng"!

Qua khỏi vuông tre sau nhà nếu nhìn xéo về hướng Tây Nam dù người vô tình tới đâu cũng không thể không nhìn thấy cái cổng có dàn bông giấy màu đỏ dịu hiện ra trên nền trời xanh lơ bàng bạc vào mỗi sáng. Khi tới gần mới biết có cả hoa màu trắng lẫn lộn bên trong được uốn tỉa qua bàn tay mỹ thuật của cậu Năm Tòng. Khách theo hàng gạch lót đi thẳng vào trong giữa tiếng ồn ào như ong vỡ tổ. Chủ nhà phải đóng vai sầu thương nhàm chán lập đi lại trả lời cùng một câu hỏi của người nầy rồi một lát nữa của người khác. "Lúc sắp tắt hơi bà như thế nào?" "Bà có trăng trối gì hôn?" "Tôi mới gặp dì Sáu mấy bữa trước, dì còn khỏe lắm mà!"

Khách khứa xem chừng đông lắm rồi. Phe đàn ông lo phần tẩm liệm, việc phát tang, động quan... nhưng phần quan trọng nhứt vẫn là coi ngày, tức là ngày giờ tẩm liệm, ngày giờ chôn cùng ngày giờ đào đất từ kim tỉnh lên. Không phải rảnh đâu làm đó! Phụ nữ người lớn lo việc tiệc tùng và ước tính bao nhiêu người để còn tính toán chuyện chợ búa. Thanh nữ phụ trách bếp núc... hoặc nhiều khi có những công tác tự nguyện bất thình lình. Đám con trai con gái lanh lợi được phân công làm "chiêu đãi viên."

Một người nói:

- May quá thằng An tới rồi!

Sau khi làm thủ tục kính lão xong, anh An vừa cười nhập đề ngay như ra lịnh:

- Mấy quý vị phụ nữ lo nấu nước pha trà giùm, và làm vài con gà cho các quý vị và anh em công tác. Còn phần tôi lo kim tỉnh, dựng rạp, và mượn bàn ghế. Ngoài ra các bác có cần gì thêm ở cháu hôn?

Có lẽ nhờ cái tánh siêng việc và cái kiểu vừa nói vừa pha trò mà bà con không cảm thấy bị xúc phạm. Bà con hãnh diện "Việc gì làm không được, hú thằng An một tiếng là xong ngay!" Cậu Năm nói:

- An, mầy lo dùm mấy can rượu đế. Rượu quán thằng Tư Trì ngon hơn!

Như nhớ ra điều gì, lát sau ông ngập ngừng tiếp:

- Nói giùm vợ thằng Trì tao còn nhớ nợ nó một

ký đường với nửa ký đậu xanh kỳ trước, mai mốt xong đám tao tính.

Sau khi viết giấy nhờ một em đi quán Tư Trì lo rượu đế, giao công việc cho mấy anh em đi kiếm hoặc mượn tre hoặc mấy cây đòn tay cũ để làm sườn rạp, phần An thì theo toán đi chặt lá dừa nước ở ngoài biền. Con đường dẫn tới khu dừa lá bị con nước xoáy mòn dù tu bổ hàng mùa vẫn trơ ra những lỗ hang ọp ẹp khiến đám công tác đi như đu dây. Đám lúa sạ nằm rạp trên bùn theo con nước ròng. Mây lởn vởn ngang đầu. Không khéo cơn mưa đổ xuống thì hỏng việc.

Một đứa nói:

- Mùa nầy mưa gió thất thường, coi chừng lại lụt lội như năm ngoái!

Đứa khác lại nói chuyện huề vốn:

- Vậy mà vui. Nếu không thì mình làm gì đây trong khi chờ đợi cho tới khi lúa chín?

Đa số chừng như không muốn nhắc lại cảnh rộn rịp tháo nước năm ngoái, đôi khi gây xích mích giữa những người ruộng trên và ruộng dưới.

Chợt một đứa trong đám muốn lấy điểm với An bèn bỏ nhỏ:

- Ê anh An có con Sương về!

An thắc mắc:

- Sương nào?

- Cháu ngoại bà Sáu, con cô Tư khéo đó. Nghe nói nó còn đi học.

An làm bộ không để ý hỏi tiếp:

- Cháu ngoại dĩ nhiên phải về!

- Hồi nhỏ nó ở đây lem luốc lắm mà bây giờ sao ngó ngộ quá!

Hình như lúc gia đình mới về lập nghiệp xứ hoang dã nầy, An có nghe loáng thoáng về một "con nhỏ học trò" con của cô Tư Khéo và cháu của cậu Năm Tòng, nhưng chuyện không "cụ thể" rồi thời gian cũng xóa nhòa đi. Lúc cô dượng Tư bỏ nhau, cô Tư mang đứa con gái về ở với bà Sáu năm bảy năm. Sau đó mợ Năm mai mối một người đàn ông góa bụa cùng xứ và cô Tư bước thêm bước nữa.

Biết ý đệ tử muốn giới thiệu nhưng anh An vẫn giả bộ:

- Rồi sao?

- Anh cua nó đi!

An hơi khớp nên bác ra:

- Tao chưa biết mặt nó làm sao mà cua? Hơn nữa tao chưa cua con gái bao giờ, mắc cở chết!

Dù vậy đã thấy trống đánh thình thình trong ngực. Tự nhiên hình bóng một nàng con gái đẹp đẽ như trong chuyện thần tiên lại lởn vởn đâu đây quyện trong bầu không khí tang tóc. Cả một trời thơ mộng mở ra trước mắt An trong cái ồn ào tiếng người và tới lui lộn xộn. Người nói mua cái nầy kẻ bàn làm cái kia. Người bảo đi Chợ Lớn mua đồ rẻ hơn chợ Rạch Kiến.

Nhưng tất cả những chuyện nầy không phải là chuyện đáng nói vì đó là những sắp xếp bình thường cho một cái đám ma. Điều quan trọng là vào buổi tối hôm ấy, xuất hiện một người con gái mỹ miều đã khuấy động tâm hồn thơ dại của anh An vào thời mới lớn.

Sương nói:

- Lúc bà ngoại bịnh, hầu như tuần nào em cũng về sao không gặp anh?

An tửng tửng cười:

- Đâu phải gặp anh lúc nào cũng được!

Nàng cũng không vừa:

- Quý dữ vậy sao?

- Không phải quý mà quan trọng! Anh chỉ về vào cuối tuần. Lúc bà lên cơn nặng anh có tới. Nhưng sau nầy anh đâu biết là Sương về thường.

Mợ Năm xen vào:

- Nếu mầy biết nó về thường thì sao?

Một cô gái hàng xóm có vẻ ganh tị:

- Thì ảnh lên thường chớ sao, mợ?

Không biết học gồng từ lúc nào, An làm gan khẳng định:

- Chắc chắn vậy rồi!

Như không để ý lời cô gái, Sương hỏi tiếp:

- Nhà anh ở đâu?

An vẫn ởm ờ:

- Má anh khó lắm. Sương tới không được đâu!

Một bà đang xắt rau răm trên bộ ngựa ngứa miệng cũng xen vào góp chuyện:

- Má nó khó lắm, bả sợ nó có bầu!

Sương có vẻ ngượng, không nhìn An:

- Dì Hai nầy! Nói cái gì đâu không!

Ở xóm nầy chỉ có ba căn nhà ngói, nhà bà ngoại là một ở gần ngoài biền. Từ nhà bà ngoại nhìn về hướng Lộ Đất và qua hai đám ruộng dai đi chừng ba trăm thước tới nhà An; còn nhà thứ ba nằm sâu phía trong đồng thì anh ta không cần kể:

- Ở khu nầy chỉ có hai cái nhà ngói, trừ nhà bà ngoại còn lại là nhà anh. Qua kẻ hở hàng rào bông lồng đèn nầy - An lấy cớ bước nhích lại gần Sương hơn một chút, chỉ tay về hướng đó - hoặc đứng tại ngõ nhìn thấy ngay.

- Lúc nhỏ em ở với bà ngoại không thấy căn nhà

đó, chỉ là khu vườn hoang. Đi học về ngang qua sợ ma muốn đứng tim luôn!

An cũng biết nói đẩy đưa:

- Gia đình anh mới về lập nghiệp vùng nầy chừng vài năm. Nếu hồi đó biết vậy anh ra đón em!

Không để ý lời tán tỉnh của An nhưng nàng tự nhiên vui lên cười lộ cái răng khểnh. Đó là cái răng nanh lòi xỉ hơi hơi ở hàm trên phía bên phải mà người ta chỉ có thể thấy được khi nàng hé môi. Bình thường nét mặt nàng đã vui ai nhìn cũng mến, lại càng hấp dẫn người đối diện hơn nữa lúc nàng cười.

Đang hứng thú, nàng không thể không tiếp tục kể chuyện:

- Người ta đồn vườn đó có ma. Anh biết hôn? Sắp tới bờ tre em nín hơi cắm đầu chạy. Chạy muốn hết hơi mà cũng chưa qua khỏi khu vườn!

- Ma làm sao?

- Pháp giết mấy ổng trong đó.

- Vùng nầy ở đâu không có, cứ gì trong vườn nhà anh!?

Sương hào hứng tiếp:

- Bà ngoại dạy em bắt ấn, làm vầy nè.

Rồi nàng ra dấu dùng ngón tay cái bấm chỗ chưn đốt ngón áp út bóp bàn tay lại:

- Rồi đọc câu chú nầy "Án ma ni bát di hồng." Cứ vậy mà đọc cho tới khi qua khỏi thì thôi.

Anh An cười:

- Thấy có kết quả hôn?

- Có! Từ đó về sau mỗi lần ngang qua nhà anh em đều bắt ấn, không còn sợ nữa!

Nàng lại sầu lắng:

- Bà ngoại... bà ngoại....

Rồi kể lể hơi văn chương:

- Bà ngoại thương em lắm vì em ở với bà từ nhỏ, lúc ba má em bỏ nhau. Cậu mợ Năm không có con. Tuổi thơ của em nhuộm bằng màu xanh của đồng lúa và màu vàng mùa gặt.

Nàng tiếp tục mơ mộng:

- ... Và tô điểm bằng những đêm trăng ngồi trước nhà cũng dưới hàng bông giấy nầy nghe ngoại kể chuyện đời xưa mà em thuộc lòng trước khi chánh thức học bình giảng ở nhà trường.

Vài sợi tóc xỏa trên vầng trán cao cao, đôi môi rung rung, đôi mắt ươn ướt, nàng hiện thân là một thiên thần trong truyện cổ tích. Yêu quá một hình dáng dịu hiền, An muốn nắm tay nàng!

Nàng nhìn ra khoảng minh mông, thổn thức:

- Em không được cái may mắn như đa số những

đứa trẻ khác nhưng bù lại em sống trong tràn đầy tình yêu của ngoại. Mới tuần trước đây ngoại vẫn còn khỏe...

Ý chừng nàng muốn nức nở. Để đánh tan xúc cảm ủy mị khó kềm chế được muốn nắm tay nàng hoặc muốn ôm nàng, An đùa cho nàng bớt sầu bi:

- ... rồi bây giờ hết khỏe, phải hôn?

Nàng không kềm được tiếng cười nhưng cười xong rồi lại trách, mặt buồn rười rượi:

- Anh thì lúc nào cũng đùa được!

- Chuyện gì rồi cũng sẽ qua. Có ai tránh được số mạng. Bà ngoại cũng thọ quá, tám mươi hai rồi còn gì! Anh chỉ sợ em khóc!

Từ đấy, chiếc răng khểnh và đôi mắt nai luôn hiện về trong giấc ngủ thần tiên. An tính bốn mươi chín ngày là hơn bảy tuần hoặc 1.076 giờ trông đợi! Cũng bao nhiêu người lúc đám ma nhưng không khí bớt tang thương hơn. Mọi người nhìn hai cô cậu có hơi khác lạ, linh cảm một điều gì đó. Một biến cố lớn vùng quê vào thập niên 1960, hai đứa học trò dám yêu nhau chăng?! Cậu Năm Tòng hỏi:

- Tao thấy tụi bây muồi lắm rồi. Hễ chịu thì nói tao gả cho!

Dĩ nhiên An chịu rồi nhưng anh không thể trả lời với cậu Năm, chỉ cười hơi ngượng. Cậu Năm tiếp:

- Mầy sao lù khù quá! Phải chuyện nầy mầy cũng lanh lẹ như công tác thì hay biết mấy!

Nhớ về một thời xa xưa, cậu Năm uống một ngụm trà, chậm rãi:

- Nói là nói vậy. Tao thấy nó cũng chịu đèn mầy lắm. Vợ chồng tao cây khô coi nó như con. Tụi bây cũng xứng lứa vừa đôi!

Còn nhỏ quá mà anh chưa nghĩ tới chuyện lấy vợ, mà nếu cưới được nàng thì là đại phước cho gia đình. Sương vừa đảm đang việc nhà, vừa đẹp gái, lại vừa có học. Nhưng ít nhứt cũng phải đợi ra trường dù chưa biết học ngành gì. Chắc chắn cha mẹ bắt học sư phạm. Ông bà Chín thích "cho nó học cái ngành gì ra dạy thầy giáo" danh giá cho gia đình hơn.

Sau tuần 49 ngày tức ngày thứ 50, Sương về quê. Cơ may đến cho anh chàng làm nghĩa cử. Cô Tư và Sương không thể nào mang hết đồ đạc lỉnh kỉnh trong một chuyến từ nhà ra bến đò ông Ba Tốt. Trên đường về, cô Tư quả là một người tế nhị đi trước, kế là Sương, và sau cùng là An. Thỉnh thoảng cô Tư quay lại nhìn, cái nhìn trìu mến thông cảm của một người làm cha mẹ. Thời của cô, cô và dượng cho tới lúc làm lễ thành hôn chưa được chuyện trò tìm hiểu nhau. Thậm chí có những cặp yêu nhau còn bị cấm đoán gặp mặt, phải chờ hai bên cha mẹ bằng lòng. Anh chàng An đã bỏ vào túi xách sách vở, tạp chí, và có cả bức thơ tình đầu đời. Nhìn hai đứa, cô Tư hài lòng, nuối tiếc một thời đã qua.

Cô cảm thấy khó mở đầu câu chuyện:

- Cô rất thích chị Chín.

An đỡ lời:

- Dạ! Má con hiền lắm, cô Tư!

- Lúc gia đình con dọn về đây thì cô đã về bển rồi.

Anh chàng khờ không biết cô Tư muốn nói chuyện gì, nên trả lời đâm hơi:

- Má con suốt ngày chỉ lo chuyện cơm nước nhà cửa, còn ba con thì lo chuyện đồng áng.

Một lát, cô Tư ngập ngừng:

- Hồi hôm... Hồi hôm nầy cô có lại nhà con.

Sương ngây thơ xen vào:

- Má lại làm gì vậy?

Cô Tư nhìn con trìu mến:

- Mợ Chín mời lại chơi cho biết.

An tiếc là nhơn lúc tối cô Tư vắng mặt, sao không làm gan nắm tay nàng! Đấy buổi đầu tiên hai người quen nhau như vậy. Chỉ là chuyện trời trăng mây nước!

***

Trời tháng Ba xứ Ngũ Đại Hồ tuyết rơi đầy. Một màu trắng xóa phủ kín xung quanh, rải rác vài đóm xanh đậm nơi thân cây. Ở cái xứ chỉ nghe tuyết trong thơ và thấy tuyết trong thiệp chúc Noel, đối với bác An tuyết rơi đến là lạ!

Người phụ nữ nói vòng vo:

- Năm nay tuyết muộn, cuối tháng Ba rồi mà tuyết vẫn rơi đầy. Nhớ năm ngoái mới tháng Hai mà trời như chớm vào xuân. Hồi nãy nghe giọng quen quen mà nhìn kỹ lại sao thấy già quá. Em không nghĩ là anh!

Bác An mừng rỡ cười muốn chạy lại ôm bà:

- Đâu đã già, còn con trai mà. Tại hơi lớn tuổi!

- Em không nghĩ là còn gặp lại anh!

Như để ngăn bớt sự khích động của ông, người đàn bà chua xót giới thiệu cô gái ngồi bán vé:

- Con Thu, con em đó.

Rồi quay sang con:

- Chào bác đi con!

Từ xa, thằng Dương đã đưa tay chào cô gái dáng dấp mảnh mai mà nó đã gặp một vài lần. Nó cũng bị cô gái hốt hồn bấy lâu nay. Trong bộ nhớ đầy những con số 0 số 1 của nó, lộn xộn nhiều hình ảnh của con nhỏ khi cười làm duyên, khi chảy tóc, khi mơ mộng nhìn về tương lai. Bậy nhứt là nó lại tưởng tượng con nhỏ ngâm mình trong bồn tắm.... Con Thu có vẻ thông minh, lanh lợi, và hoạt bát, mà khuôn mặt như một bản sao của người mẹ. Thảo nào mà bác An không ở vậy đợi chờ cho tới chiều tà xế bóng! Nó chưa từng nghe và chưa từng biết một người phụ nữ nào thoáng qua trong đời bác.

Bác An như không để ý:

- Nếu em không cười thì anh chưa nhận ra đâu!

- Nghĩa là còn có gì để nhớ?

Công bình mà nói, nhìn chung thì người phụ nữ không phải là một nàng sắc nước hương trời. Nhưng khi nàng cười thì không một người đàn ông con trai nào có thể cưỡng lại không cười theo. Và cả một rừng hoa lá bao quanh cho nàng làm trung tâm vũ trụ. Chiếc răng hơi khênh khểnh điểm xuyết cho nụ cười thêm duyên dáng và lôi cuốn. Bất cứ một người đàn ông nào đã một lần tiếp nhận nụ cười của nàng sẽ mãi mãi không bao giờ quên.

Bác An thẫn thờ:

- Chiếc răng khểnh và nụ cười của em! Mới đây mà đã gần ba mươi năm. Không ngờ là mình có ngày gặp lại. Tất cả đã...

-... đổi thay!

- Nhưng anh vẫn còn hy vọng!

- Lễ 100-ngày bà ngoại, nghe cậu Năm nói là anh không bao giờ về nữa. Lúc lên xuống về bên

Long Sơn một mình em muốn nhảy xuống sông quá chừng!

Chuyện đã ba mươi năm mà vẫn còn như mới. Ngày chia tay không ngờ là lần chót hai người gặp nhau để rồi cho tới ngày hôm nay tình cờ gặp lại nơi đất khách quê người. Một cái gì u ẩn trong đôi mắt sâu một lần đã cuốn hút hồn An khiến anh suýt thi rớt tú tài. Nhưng anh vẫn thấy mãn nguyện về một thứ tình yêu đơn phương không một chút ân hận.

An cười:

- Nhưng em biết lội mà!

- Vậy mới nói!

- Nhờ vậy mình mới tái hồi kim trọng!

Bà Sương xa vắng:

- Không tới cái màn tái hồi kim trọng đâu! Em tìm anh khắp nơi khắp chốn. Người bạn nào nghe anh nhắc là em cố đi tìm....

An trầm lắng dường như ăn năn hối tiếc, không còn hoạt bát lanh lợi hay đùa nghịch nữa, ngoan ngoãn ngồi nghe nàng giảng bài:

- Tại sao người lớn nói "con gái lớn không thể giữ ở nhà được"? Em phải nói thiệt là em yêu anh thì má cho em thời hạn một năm để quyết định dứt khoát. Em thấy không còn cách nào khác là cầu cứu cậu Năm nhờ người biết chỗ anh trọ học ngày xưa đi tìm anh thì họ nói anh đi lính rồi, không thấy về. Họ cũng không biết gia đình anh ở đâu!

Và bà buộc tội:

- Anh thấy hôn? Anh đâu có yêu em! Phải chăng bức thơ anh viết lúc tâm thần kích thích trong giây phút lãng mạn thoáng qua?

An phân vân có nên giải thích cho nàng hiểu không. Sau ngày từ giã lên đường, anh đi biền biệt. Gần một năm ở quân trường chỉ một lần về thăm cha mẹ lần cuối trước khi chuẩn bị đi du học.

- Anh chỉ là người yêu đơn phương!

Nàng trách nhẹ nhàng:

- Dù em chưa nói hay em chưa có dịp nói nhưng anh cũng phải biết là em yêu anh mà!

Như có điều khó nói, bà ngập ngừng trong giây lát. Rồi khuôn mặt bà trở nên quả quyết.

Bà Sương nhìn bác An, thở dài báo một hung tin:

- Em đã lập gia đình với người ta!

Bác An nghe như trời sập. Cả một màn đen phủ trùm không gian như đang đêm bị cúp điện.

Bác ấp úng không ra lời:

- Em... em... em đã....

"Sương đã.... Vậy là mình không còn cơ hội!"

Nếu không phải chỗ đông người chắc bác An phải quậy cho hả cơn tiếc nuối. Bác đâu có làm gì ác mà sao trời phạt bác nghiệt ngã như vậy! Người trong mộng mà bác đã chờ đợi hơn nửa đời nay gặp lại mà vuột khỏi tầm tay!?

Bà Sương lại nhìn bác An, lòng ngổn ngang trăm mối. Ván đã đóng thuyền làm sao tháo! Trầm ngâm một lúc, đợi bác An hồi tỉnh, bà có vẻ an phận khẽ kể lể:

- Lúc đầu thì giả thôi, sau thành thiệt! Em chưa hề lên sân khấu làm sao đóng kịch được? Hơn nữa, hai mẹ con chưn ướt chưn ráo, tứ cố vô thân!

Bà lại nhẹ nhàng trách:

- Anh không thật tình yêu em!

Sương an ủi:

- Tuy nhiên, em vẫn còn giữ bức thơ tình đầu tiên trong đời con gái. Đến ngày 26 tháng Sáu nầy là đúng ba mươi năm!

Bác An nghe xao xuyến tâm can. An và Sương gặp nhau trước sau chỉ hai lần. Lần đầu là hai người thích nhau chỉ vì người có ăn học trong xóm mù chữ. Lạy trời! Hơn ai hết An ý thức được nhan sắc mình lắm! An chỉ được cao ráo và lanh lợi, nói khiêm nhường thì anh không được sáng sủa cho lắm, chỉ vì đôi mắt một mí trông giống Nhựt Bổn hay Đại Hàn; còn nếu nói thẳng thừng ra thì hơi xấu trai. Nếu có thêm một anh học trò trung học nữa thì chắc An phải đứng hạng nhì!

Lần thứ hai cũng là lần sau cùng thì tiến thêm một bước nữa nhưng chỉ là cho mượn sách báo trong đó có những bài thơ tình nổi tiếng của các thi sĩ tiền chiến nổi danh. Đã bắt đầu đá lông nheo và có nói chuyện riêng với nhau nhưng cũng chỉ là chuyện trời trăng mây nước! Cũng trong lần nầy thì bắt đầu trao thơ tình để mãi ba mươi năm sau mới nhận được hồi âm trong tình huống bẽ bàng. Bà Sáu qua đời là một điều may mắn cho An gặp nàng nhưng niềm hạnh phúc mong manh ấy chỉ thoáng qua như cơn gió thoảng.

Đúng ba tháng sau tức là còn mười hôm nữa là đến tuần một trăm ngày của bà ngoại nàng, một người quen ghé lại nói là nhắn tin gia đình. An biết ngay là có chuyện chẳng lành. Đợi mấy thằng bạn đi chỗ khác chơi, bà khách dè dặt nói:

- Mấy ổng bắt thanh niên vô bưng dữ quá. Tụi thằng Đực, thằng Méo, với thằng Cồ đi hết rồi.

An ngạc nhiên cãi lại:

- Muốn đi thì tình nguyện đi chớ bắt cái gì?

- Bây giờ không đợi tình nguyện nữa! Mấy ổng nói có bằng cấp hoặc học cao thì làm cán bộ, còn ít chữ nghĩa thì đi chiến đấu!

Anh như hụt hẫng, nhìn vào khoảng không im lặng. Một lát bà khách tiếp:

- Chị Chín biểu mầy không được về nữa, nếu mầy không muốn chết!

Thế là cuối năm học chàng khoác áo chinh nhơn. Sau khi An nhập ngũ thì gia đình cũng lén lút dọn gánh hát lên thành. Mọi chuyện giờ trở thành dĩ vãng. Những cuộc vui đời chiến trận, những chết chóc, và những người tình hờ một đêm không làm chàng quên được tình yêu đầu đời!

Gần nửa năm sau cái ngày "hai người tình xa" tình cờ tái ngộ trong bữa dạ vũ đêm xuân, ông Long bắt liên lạc được với bác An và mời lại nhà chơi. Bác An dắt thằng Dương theo để giới thiệu với gia đình người bạn thân. Ông Long có một đứa con gái nhỏ hơn thằng Dương chừng vài tuổi, xem cũng được lắm! Nhưng thằng Dương cũng có hẹn chiều nay. Hồi nó bắt đầu hiểu biết thì chỉ có Bác An, những kỷ niệm về ba nó không nhiều. Hơn nữa, bây giờ nội ngoại chỉ còn hai bác cháu; nó phải vâng lời vì không muốn làm bác An buồn. Trước khi ra xe, nó phải gọi điện thoại cáo lỗi với người bạn và hẹn một dịp khác, tối nay hay ngày mai.

Thằng Dương trong lòng ray rứt không yên. Nhưng nó cứ ngờ ngợ sao bác An chạy đi đâu hình như theo ý mình! Theo tờ giấy hướng dẫn có ghi địa chỉ cầm trong tay, bác An hí hửng đậu xe tại đúng số nhà ông bạn già đã cho. Thằng Dương ngạc nhiên:

- Bác quen nhà nầy à?

Bác An càng ngạc nhiên hơn:

- Mầy biết?

Nó cười đáp nho nhỏ "Dạ!" rồi bước tới bấm chuông. Ngôi nhà không lớn nhưng trông khang trang. Phía trước, chỗ lối vào, đặt mấy chậu hoa gì giống hệt như ở nhà thằng Dương. Nó hơi bối rối khi Bác An nhìn nó.

Bên trong không sang nhưng gọn gàng tươm tất chứng tỏ có một bàn tay nội trợ gương mẫu chăm sóc. Thằng Dương biết rõ trong khi ông Long gỡ mười cuốn lịch thì bà xã bước sang sông, bây giờ mang hai đứa con sang tị nạn: Thằng Hoàng và con Yến. Nó biết tới hai đứa nó bao nhiêu tuổi, thích cái gì, và học ở đâu. Nó càng biết rõ đứa con gái trong nhà mà nó quen là con của bà vợ sau.

Sau khi hai bác cháu bước vô nhà, bác An ngạc nhiên thấy thằng Dương sà vào bàn ngồi với đứa con gái mà ông gặp hôm nọ.

Con Thu mừng đến ngạc nhiên:

- Sao nói anh không đến?

- Anh đâu biết bác An dắt anh tới đây!

- Bác của anh?

Hai ông bạn già ngó hai đứa nhỏ rồi nhìn nhau chưng hửng. Đâu có khó khăn gì mà không kịp hiểu ra! Ngồi vào bàn, "hai thằng sanh viên" già sống lại thời con nít, nói nho nhỏ như có điều bí mật:

- Mẹ! Sao hôm Tết mầy không đi?

- Mầy có đi à? Tao kẹt mấy bài. Tụi nó hối như giặc! Nhưng bà xã và mấy đứa nhỏ có đi mà!

- Sao tao không biết?

- Mẹ! Chưa gặp, chưa giới thiệu làm sao mà biết?

Hai đứa nhỏ dụm đầu vào nhau tỉ tê tâm sự không biết trời sắp sập xuống căn nhà nầy! Nghe tiếng vén màn, bác An quay người lại. Một người phụ nữ từ nhà sau đi lên. Ông Long giới thiệu bà xã, là Sương! Bác An hoa mắt nhưng không nhìn lầm.

Sau phút định thần, bác An lấy lại bình tỉnh, cay đắng nói một câu xã giao:

- Chào chị. Hân hạnh được biết chị!

■ nhuận sắc *240612*

3

THẦY GIÁO XE THỒ GẶP ĐẠI ÚY SỬA XE

Chiếc xe thồ đang đổ dốc phon phon từ cổng số 2 phi trường chạy về hướng ngã tư Cầu Mới thì tự nhiên tôi có cảm giác lảo đảo không thể giữ tay lái được nữa, đồng thời nghe tiếng lụp cụp ở bánh sau. Con trâu già quả là mắt kém, không biết tránh đinh! Kiểu nầy chắc bỏ luôn một cái ruột, còn nếu rẻ nữa thì tiền vá ép cũng gần bằng giá một cái mới. Ở đây đâu có chỗ nào vá xe mà phải rải đinh ngoài xa lộ? Trời về chiều nhưng vẫn còn vài tia nắng phía trước, phản chiếu trên mặt nước sông Đồng Nai, hắt vô mặt gây một cảm giác muốn nổi loạn nhứt là vào lúc nầy. Chở ba bao than nặng mà tìm được chỗ vá xe thì chắc bỏ luôn con trâu già.

Trong nhứt thời tôi không biết phải làm gì, bèn dỡ hàng xuống chất vô lề đường. Nằm dựa và gối đầu lên mấy bao than, lấy thuốc ra hút đặng tìm hứng?! Bầu trời cao thật cao, mây xanh thật xanh, vẫn như mười mấy năm về trước. Đám học trò cũ, giờ đây có đứa đã làm quan lớn, gặp thầy khố rách áo ôm lem luốc trong hoàn cảnh nầy thì không biết thầy có nên nhận hay làm lơ như không quen biết?

Lát sau, một đám con nít rách rưới lang thang thấy chuyện lạ tò mò bu quanh. Tôi liền chụp cơ hội nhờ chúng giữ hàng, hứa sẽ hậu tạ.

Lũ trẻ đồng thanh:

- Giờ nầy không còn ai làm nữa, chỉ trừ ông già ở Cây Chàm.

Tôi nói:

- Chưa tối mà, sao họ nghỉ sớm vậy?

Trả lời:

- Sợ bị cướp.

Tôi thắc mắc:

- Tiệm thì sợ đã đành. Sửa xe ngoài đường có cái gì mà cướp?

- Giựt xe chạy.

Tôi lại khám phá thêm một điểm mới nữa của một đất nước siêu việt và của một dân tộc anh hùng. Có người nói tình trạng đói khát và loạn lạc đã trở nên trầm trọng khắp xứ. Tôi cho là chắc họ ghét nhà nước rồi nói xỏ nói xiên. Đói thì tỉnh nào chẳng đói; loạn thì chỗ nào chẳng loạn? Đói khát và loạn lạc thì làm sao có tiền và dám xây nhà hàng nổi "đặc sản" tại Biên Hùng mà khách hàng thường xuyên là mấy anh ở ủy ban và chủ nhiệm các hợp tác xã đi xe hơi có tài xế lái và nữ bí thơ ngồi kế bên? Lại bỏ ra bạc tỉ tân trang cái trại "cải tạo" Suối Máu cho kịp với bước chân thời đại?

Cái trường trung học Trần Hưng Đạo lại vẽ chuyện đòi mua mấy cái tủ đựng hồ sơ cho có ngăn nắp, cho có hệ thống. Vậy là trước nay bừa bãi à? Thì cũng có lý: hèn gì mấy em học sanh tới xin giấy tờ chứng nhận bị hẹn lần hẹn lữa hoài, nói là không tìm ra hồ sơ! Nhưng mà nếu trường nầy mua được trường khác đòi mua thì lấy tiền đâu mà mua? Nhiều cái nhỏ cũng thành lớn! Đối với đám con nít thì có gì mà quan trọng đến thế? Học hay không học cũng vậy thôi! Mấy anh lớn ở ủy ban có học trung học đâu cũng lãnh đạo được và mấy anh chủ nhiệm hợp tác xã chưa học xong tiểu học vẫn làm kinh tế ào ào! Đừng nói đâu xa, ông hiệu trưởng trường trung học phổ thông cơ sở Quyết Thắng chỉ cần học văn hóa bổ túc trong bưng và làm hiệu trưởng trường sơ tán lúc còn chống Mỹ cứu nước!

Đổ mồ hôi hột, ngó tới ngó lui, ngó quanh ngó quất, tôi dắt chiếc xe đạp cà tàng bể bánh đi bộ gần cả cây số theo lời chỉ dẫn của đám trẻ mới gặp chỗ vá xe còn mở cửa, mừng như lượm được một chỉ vàng. Vừa trông thấy vóc dáng ông thợ là đã không muốn vô nhưng ngặt một điều là vào giờ nầy không còn một chỗ nào khác, hơn nữa cái bánh con trâu già bây giờ chắc cũng quá xệu xạo đủ để rút căm.

Khi tới cửa, tôi cố tình làm ồn để đánh thức ông già.

Nghe tiếng động, vẫn tỉnh bơ lo làm việc không quay lại, ông già hỏi:

- Anh cần làm gì?

Nghĩ thầm lại gặp một ông già lựu đạn nữa đây, tôi tự ái về cách chào khách của ông già, trả lời nhát gừng:

- Vá, rút căm.

- Tôi đang kẹt tay làm cái nầy. Anh đợi tôi chừng năm phút được hôn?

Nghĩ còn ba bao than nằm ở ngoài xa lộ, có thể là đang giao trứng cho ác, mà trời đã sụp tối, tôi nổi quạu tới luôn:

- Không được cũng phải được!

Thái độ côn đồ lỗ mãng của tôi không đánh động được lương tâm của ông, cũng không thấy ông có phản ứng gì, lại tiếp tục làm việc. Tôi tự khen là mình học được chữ "nhẫn" của Phật giáo hồi nào. Lại hút thuốc, nhìn quanh quẩn.

Đây đâu phải tiệm sửa xe, chỉ là cái lề đường phía trước một cửa hàng bách hóa, được che tạm bằng một miếng bạt nhiều bao cát nối lại. Bao cát loại nầy bây giờ rất quý vì nhà nước không chủ trương sản xuất, phải mua bằng tiền nước Việt Nam xã hội chủ nghĩa chớ không phải vứt bừa bãi như thời trước. Dưới chưn cột điện là hằng hà sa số ly tách cà-phê và tàn thuốc lá. Ông già hắc ám như vậy mà cũng có khách khứa bạn bè! Nhìn lên trên một chút, lưng chừng khoảng ngang đầu ngay trên cột điện, treo một miếng cạc tông với hàng chữ "sửa xe, rút căm" lem luốc vì cơn mưa mấy hôm trước.

Cách cây cột điện khoảng ba thước là một cây xoài già sần sù ghẻ chốc có lẽ lớn tuổi hơn tôi. Lại có cái võng bao bố cuốn lại máng ở đó. Tôi đoán công việc làm ăn của ông già chắc èo uột lắm nên ông mới có thì giờ nằm võng đọc sách ngâm thơ hay thả hồn theo mây gió. Tôi tò mò nhìn một cuốn sách không rõ tựa quấn giấy ni-lông cắt ra từ bao xi-măng, chắc ông sợ lỡ trời mưa ướt, nhưng cũng không dám táo bạo mở xem. Lúc nãy tôi định bụng sau khi hút hết điếu thuốc thứ hai mà ông không ngó ngàng tới thì tôi sẽ quậy một trận cho bõ ghét nhưng bây giờ thì tôi đổi ý. Cũng hơi ớn vì ông ta biết chữ!

Vẫn không quay lại, ông ta bất thần cất giọng hỏi:

- Anh làm nghề gì?

Tôi tố thử:

- Bộ đội.

Ông ậm ừ:

- Bộ đội?

- Nếu bộ đội thì ông không làm hả?

Vẫn một giọng từ từ:

- Sao anh nói vậy? Làm ăn thì ai mình cũng làm!

Chợt ông đứng dậy bật điện mà sợi dây câu từ quán cà-phê bên kia đường lòng thòng như muốn rơi xuống, chỉ cao hơn cái mui xe đò chừng vài tấc. Ánh sáng vàng vọt của ngọn đèn tròn 100 watts trong buổi chiều nhá nhem tối đủ để nhận diện một con người thời gian trĩu nặng trên vai. Mới nhìn người ta tưởng ông ta là cu-li nhưng sau một hồi nói chuyện thì lại có cảm giác ông là đại tá chớ không phải nhỏ. Vóc dáng ông không cao lớn lắm nhưng đứng trước mặt ông người ta không thể coi thường, nhứt là đôi mắt như có một cái gì vừa uy nghiêm lại vừa thân thiện. Trong bộ đồ kaki phai màu, ông vẫn còn hơi hướng của một người chiến binh cũ. Trong khi vá xe, ông lập lại câu hỏi lúc nãy:

- Anh làm nghề gì?

Tôi đổi giọng:

- Bác đoán thử xem.

- Anh không có vẻ gì là bộ đội cả.

Tôi cười thú thật:

- Dạy thầy giáo mà bây giờ mất dạy rồi!

- Dạy môn gì?

- Việt văn.

- Cái thứ văn chương "Nhật ký trong tù" làm sao mà dạy được!

- Vì vậy mà nhà nước gởi giấy cám ơn.

- Vậy bây giờ làm gì?

- Chạy xe thồ.

Ông già không tin:

- Tướng anh vậy mà chạy xe thồ?

Tôi cười đùa thân mật:

- Coi vậy mà khỏe mạnh lắm, bác. Có nghề võ mà! Xem quần áo đủ biết.

Tới bây giờ thì có vẻ bị thuyết phục, ông chia xẻ:

- Nặng nhọc lắm hôn?

- Riết rồi cũng quen.

Rồi không bị đánh mà tự nhiên ông cũng khai:

- Trước khi nhập ngũ tôi cũng dạy học.

Bỗng dưng tôi không cảm thấy thời gian cấp bách nữa. Lòng vui mừng như gặp lại người thân. Sau khi hỏi tôi học ban nào - dù rằng ông đã biết tôi dạy văn chương - sinh hoạt ra sao ở trường Đại học Sư phạm và ra trường năm nào như để kiểm chứng xem có thiệt là phe ta hay là phịa, ông cởi mở:

- Tôi ra Giáo học Bổ túc nhưng dạy Sử Địa ở trường trung học Cần Đước lúc mới mở. Được hai năm thì nhập ngũ. Đi lính mười năm ở tù cũng đúng mười năm. Mười năm! Mười năm là bao lâu anh biết hôn? Là 3.650 ngày lao động khổ sai hoặc từ lúc mới bắt đầu đi học cho tới khi học xong lớp đệ Tam đó! Lúc tôi đi ở tù, đứa con gái lớn nhứt mới mười tuổi.

Chợt ông dừng kể, quay mặt đi để dấu vẻ xúc động. Không khí căng thẳng nặng nề u ám trong vài phút. Vợ ông bị đám giặc áo vàng xúc phạm rồi để bịt miệng cho đi về bên kia thế giới ngay trong ngày tất cả tù nhơn trong trại đều vui vẻ, ngày má đi chợ về! Trong vòng hai năm cho tới ngày về, ông không nhận được một tin tức gì về gia đình. Ông ân hận về những suy nghĩ oan và bất công đối với bà xã. Ba đứa con còn nhỏ đùm bọc nhau chống chọi với bầy sói dữ mù, lý lịch từ số 12 được lên 11, không vô đại học được. "Độc lập - Tự do - Hạnh phúc" theo ngôn từ cộng sản đồng nghĩa với tàn mạt. Bây giờ trông ông già hơn hồi mới gặp lúc ban chiều. Những vết nhăn ở đuôi mắt và trên vầng trán cao không che dấu được những suy tư miên man về cuộc sống về vận nước của người chiến sĩ ngã ngựa.

Như nhớ ra điều gì, ông dè dặt hỏi:

- Anh học sanh ngữ gì?

- Tiếng Anh và tiếng Pháp.

- Rành tiếng Anh hôn?

Tôi vẫn như thở nào:

- Biết đọc biết viết nhưng không hiểu! Chữ nào tui cũng quen mà nó không quen tui!

Ông già nghiêm giọng:

- Tui hỏi thiệt mà.

Tôi cảm thấy hơi quê như vừa diễu dở:

- Lúc trước tui có làm thông dịch viên cho Sở Giáo dục và Tòa Hành chánh tỉnh mỗi khi có phái đoàn Mỹ tới nhưng bỏ lâu quá hổng biết có còn nhớ nhiều hơn.

- Lấy mớ tạp chí nầy về đọc.

Rồi ông đứng dậy vào lục thùng đồ nghề. Trước khi đưa cho tôi một gói giấy ni lông, ông căn dặn:

- Dầu cái nầy không phải là bất hợp pháp nhưng cũng nên cẩn thận!

Rồi ông dừng lại như để nhường diễn đàn cho diễn giả khác. Trong không khí cởi mở tôi thấy sẽ bất công với ông nếu mình không góp chuyện, bèn đem chuyện đời tư ra kể như những người đàn bà ngồi lê đôi mách trong khi ông chăm chú nghe. Ông quả là một người biết chuyện!

Trước năm 1975 nhiều người nói gia đình tôi có phước, cả gia đình làm quan, chỉ trừ tôi được hoãn gia cảnh làm thầy giáo, và sau khi đứt phim tôi vẫn tiếp tục hành nghề một thời gian nữa rồi nhận giấy cám ơn. Sau tháng Tư Đen cũng có một số người lập lại câu nói trên nhưng với một ý nghĩa khác. Rồi vài năm sau họ lại đổi thái độ, và không còn hằn học với những người chế độ cũ nữa. Mọi người đã sáng mắt ra.

Trong một đám cưới của một người bạn hàng xóm tôi được nhờ lo tổ chức và làm xướng ngôn viên. Vì chẳng ai thích ngồi chung bàn với mấy anh ủy ban, cha tôi được sắp ngồi với các quan chức cách mạng lão thành may mắn còn sống sót đã mang dép râu đội nón cối vượt Trường Sơn "giải phóng miền Nam nghèo khổ đói khát dưới ách thống trị bạo tàn của Mỹ ngụy"! Ông nói một câu mang nhiều ý nghĩa mà chỉ những người không đội nón cối mới hiểu:

- Bây giờ y khoa tiến bộ đã chữa được bịnh đau mắt của đa số người dân.

Tưởng thiệt được gãi chỗ ngứa mấy anh lớn ra chiều thỏa mãn:

- Vâng, đã bảo xã hội chủ nghĩa mà!

Được dịp các anh nón cối nổ về nền y khoa nước ta do đàn anh Liên xô và các nước xã hội chủ nghĩa anh em trợ giúp đã tiến bộ vượt bực hơn hẳn Mỹ:

- Bây giờ ở Liên xô người ta nối tay nối chân được nữa đấy!

Một người không nhịn được lên tiếng:

- Tưởng gì! Chuyện đó ở đây cũng làm được, cần gì tới Liên xô? Ở Mỹ người ta ghép tim, thay thận. Còn ở Nhựt Bổn người ta móc tròng con mắt đui ra liệng thay cái khác vô mà vẫn thấy như thường!

Mấy người tò mò tưởng quan khách đang bàn chuyện gì gay cấn hấp dẫn đổ dồn qua nghe. Sau chỉ vỏn vẹn một câu, họ lẳng lặng bỏ đi. Ông cán bộ như vẫn còn say men chiến thắng, nếu không nói nữa thì e thiên hạ cho là mình chưa nắm trọn vẹn chủ nghĩa Mác - Lênin là chủ nghĩa bách chiến bách thắng:

- Đế quốc chỉ được cái nước tuyên truyền mị dân. Đó là mình chưa tiến lên cộng sản chủ nghĩa!

Một người khác ngứa miệng hỏi:

- Tiến lên cộng sản chủ nghĩa thì sao?

- Làm theo năng lực hưởng theo nhu cầu.

- Là sao?

- Khả năng tới đâu làm tới đó, cần cái gì thì có cái đó.

- Nói sao nghe dễ quá! Hơn mười năm rồi vẫn phải sắp hàng mua gạo, mua sữa?

Ông cán bộ trả lời trớt quớt:

- Tại đất nước mình còn nghèo!

Như nói cho có chuyện, chẳng ai thắc mắc chừng nào mình mới giàu. Ông cụ vẫn ấm ức vì những cán bộ cách mạng lão thành đỉnh cao trí tuệ loài người quá thông minh nên không hiểu ý nghĩa của câu nói. Ông cố lái câu chuyện về hướng khai thông những cái đầu óc đặc:

- Ý tôi nói là sau mười năm người dân so sánh được cuộc sống hai miền dưới hai chế độ. Họ hiểu được những điều nhà nước nói chỉ là nói cho vui thôi!

Một phút ngập ngừng để suy nghĩ và để đối diện với sự thật, một sự thật không thể chối cãi được là đất nước ngày càng nghèo vì nuôi một giai cấp thống trị mới. Các ông cách mạng tối trời biết điều đó nhưng vẫn cố chống chế vì muốn tự dối lòng để an tâm tiếp tục hưởng thụ trên địa vị, vì thuộc lòng và vì bắt buộc phải nói như vậy. Ông ta tung ngón nghề cố hữu của những tên tuyên truyền cộng sản khi đuối lý:

- Hóa ra ông vẫn chưa cải tạo tư tưởng?

Ông cụ vẫn bình tỉnh:

- Ông phải nhận sự thật. Chuyện chụp mũ vào thời gian nầy không phải là thượng sách!

Khách khứa từ các bàn xung quanh đổ xô vào

hưởng ứng nhưng cố tránh làm mếch lòng quan nhớn. Nghĩ câu chuyện đến đây cũng quá đủ, tôi nhảy vào dàn xếp vẫn không bỏ cái tật móc lò, bèn rót rượu mời:

- Thưa các cụ chuyện bàn cãi trong bữa tiệc ngày hôm nay thực ra chỉ là chuyện trà dư tửu hậu không nên lấy đó làm phiền lòng. Sự thật bao giờ cũng là sự thật, chúng ta không thể bóp méo vo tròn. Rồi thời gian sẽ trả lời tất cả. Kẻ hậu bối nầy xin mời các cụ cùng nâng ly để chung vui với gia đình hai họ và vợ chồng anh Nguyễn Hoàng Minh và chị Lê Thanh Hiệp. Xin mời quý vị nâng ly.

Vậy là huề cả làng. Nếu vào thời điểm chừng vài năm sau cách mạng ba mươi, ông cụ phải khó sống mà có sống cũng khó nuôi! Theo lịnh của Ủy ban Quân quản, ông cụ được miễn đi cải tạo vì giải ngũ quá lâu, nhưng tất cả các anh em chúng tôi đều vô hộp mà thằng em trai mới về tháng trước. Mười lăm ngày hay một tháng đều giống nhau nghĩa là vô hạn định. Chỉ sau khi ở vài tháng hoặc vài năm mình mới biết là bị lừa!

Trong cái rủi có cái may, và có rất nhiều chuyện lạ xảy ra trong cái xã hội nầy. Khi tôi trở lại thì ba bao than đã mọc cánh bay về phương trời vô định, chỉ còn lại chút bụi đen và vài cục nho nhỏ rải rác đó đây. Đám trẻ bụi đời tự thưởng công bằng vốn liếng mấy ngày của thầy giáo xe thồ. Kể từ sau cái ngày quen nhau bất đắc dĩ đó, tôi không ngại rẽ trái tại ngã Tư Cầu Mới hướng về chợ Biên Hòa chừng bốn năm trăm thước ghé nghỉ mệt tại tiệm sửa xe đạp của ông già. Ý chừng tin tưởng được tên thầy giáo mất dạy, sau khi quen nhau chừng nửa năm thì ông già bắt đầu mời thầy về nhà riêng "chơi cho biết" và bàn chuyện đi đứng.

Tàu bè, hải bàn, bản đồ, và các cái đâu đó xong xuôi rồi, kế hoạch "Chợ Nhỏ" quyết định giờ G ngày N là xuất quân, chỉ ba người biết mà thôi. Và phụ bản "Xe Thồ" trong đó chỉ dẫn hướng giải quyết trong trường hợp "Chợ Nhỏ" không thi hành được. Riêng phần võ khí thì có buổi họp riêng với những tay súng. Thầy giáo xe thồ đâu biết gì súng đạn vẫn được đặc cách họp chung với những cảm tử quân. Tất cả đã đồng ý là "Một đi không trở lại" như anh chàng Kinh Kha qua sông Dịch. Ông già sửa xe đạp là Đại úy Lê Phục Hưng làm thuyền trưởng chỉ huy tổng quát, Thiếu tá Hà Huy Đăng làm thuyền phó thứ nhứt kiêm chỉ huy trưởng lực lượng quân sự, Thiếu úy Nguyễn Trung Trực làm thuyền phó thứ nhì trách nhiệm khâu vận chuyển nhiên liệu. Người tài công chánh và tên tài công phụ đã nhận lịnh túc trực hành quân sẽ có người tới đón. Phần tôi lo nước uống, thực phẩm, và quản lý nhơn sự tất cả mười tám con người lớn nhỏ từ mười lăm tới sáu mươi hai tuổi, làm phụ tá hành chánh kiêm thông dịch viên lại thêm một chức vụ phòng hờ đôn lên làm thuyền trưởng trong trường hợp ba ông quan trên hy sanh hoặc không thi hành chức năng được! Kể từ bấy giờ là thiết quân luật được áp dụng!

Ba đứa con của ông già sửa xe đều là học trò cũ của tôi, trong đó cô con gái lớn lại là đứa học trò ruột nổi tiếng quậy hết cỡ! Nói vậy có hơi quá đáng và bất công cho cô! Cô học trò ruột nầy giỏi văn chương ăn nói hoạt bát, chỉ có cái tội là dám nhái và mỉa mai giáo viên dạy chánh trị. Mỗi khi cô giáo dứt câu thì cả đám học trò đồng thanh "Dà!" một tiếng lớn kéo dài, khiến cô giáo không dạy được! Khi bà giáo giảng về tương lai xán lạn của chủ nghĩa cộng sản, cô cả gan hỏi giáo viên những vấn đề mà người lớn không dám nói ra lời.

Bài thơ viết tay của cô chuyền tay nhau trong đám bạn bè một thời đã khiến cô trở thành thần tượng của học sanh trường Trung học Ngô Quyền. Trong bài thơ có những câu:

"... Từ ngày cờ đỏ sao vàng,

Nhơn dân đói khổ lầm than muôn phần..."

Các đấng nam nhi đòi hỏi gì hơn nữa ở một người phụ nữ anh hùng như vậy?!

Khi xuống tàu là mọi chuyện phải tuân theo luật nhà binh trên chiến trường. Chúng ta không có lựa chọn nào khác: Nhứt chín nhì bù! Vẫn còn hy vọng năm ăn năm thua! Chưa ra tới hải phận quốc tế thì bị công an biên phòng Việt cộng đuổi bắt. Những tay súng bắn trả trong khi chiếc tàu liều mạng chạy bán sống bán chết ra tới vùng biển an toàn thì ông già đã vĩnh viễn ra đi vì những loạt đạn hung hãn của lũ quỉ tham lam và cuồng tín. Ba đứa nhỏ ôm tôi khóc trong khi con tàu đang ở cuối đường hầm hướng về miền đất tự do. Những giọt nước mắt nóng của cô nữ anh thư thấm ướt áo tôi. Trời không chuyển mưa mà lòng tôi dậy sóng và tôi nghe sét đánh ngang tai, một tiếng sét ngọt ngào êm dịu của mùa xuân vĩnh cửu nơi miền đất hứa!

■ nhuận sắc *240612*

4

GIA ĐÌNH LÀM NEO

Cuối mùa đông rồi mà có nhiều hôm trời hãy còn lạnh như cắt. Ông chủ gia đình ngồi thu mình trong chiếc ghế da từ bao giờ; bà chủ nằm gối đầu lên hông bộ xa-lông, một chưn gác lên thành, chơn kia tựa trên mặt bàn kiếng. Ngoài dự tính của ông chủ gia đình, quán cà-phê bị đóng cửa cả nửa năm nay mà ông chưa tìm được một địa điểm nào khác. Tên tuổi của ông lại bị loại khỏi khế ước mua căn biệt thự nầy. Nay bà có cơ ngơi sự nghiệp vững như bàn thạch, nhưng một phần cũng vì vậy, ông cứ sợ mang tiếng là thân cư thê. Bà thông cảm tâm trạng của ông:

- Mẹ và các con chưa xem thường bố bao giờ.

Ông như không trả lời:

- Bố hiểu.

Nhưng ông lại thầm nghĩ thêm "Ít nhất là cho tới lúc nầy!" Còn bà thì nôn nóng bàn chuyện ăn mừng ngôi nhà mới. Từ hồi lấy ông cho tới lúc qua đây, cả nhà thiếu trước hụt sau, bữa đói bữa no. Có nằm mơ bà cũng không dám nghĩ đến chuyện có một ngày như thế nầy. Từ dải xa-lông nơi phòng khách nhìn bộ đèn chùm đắt giá trên bao lơn tỏa ánh sáng trắng dịu lên nền tường xanh lơ lợt, trong niềm hạnh phúc dâng tràn, bà chủ gia đình lên tiếng:

- Bố ạ! Phải làm thì mình mới ăn nói được với thiên hạ.

Từ chiếc ghế da, nếu ông chủ gia đình không lên tiếng, người đứng phía sau tưởng là chiếc ghế trống:

- Mới dọn nhà còn lu bu quá!

Dù không đồng ý, ông biết không thể xoay chuyển thế cờ, bèn dùng chiêu dục huởn cầu mưu. Lời hứa hẹn cũng như thuyết phục của ông như tan loãng dần vào hư không:

- Thủng thẳng sang xuân cũng đâu có muộn gì.

Trước khi mang chuyện nầy ra bàn với ông cho đúng thủ tục, bà đã tiêu lòn với tất cả các con rồi! Bà Giang tươi cười đắc thắng:

- Bố an tâm, cứ để mẹ và các anh chị lo.

Ông là thành viên duy nhứt trong gia đình bỏ phiếu chống. Như xưa nay, lời bà dù nhũn nhặn nhưng là quyết định cuối cùng.

Thế là buổi tiệc tân gia được tổ chức tại ngôi biệt thự mới mua ở ngoại ô Troy, một thành phố tương đối khá trong vùng. Đối với giới thầy thuốc, nhứt là bác sĩ giải phẫu như ông Phạm Hoàng Thanh, thì là chuyện tầm thường. Nhưng các chuyên viên địa ốc đánh giá cư dân ở đây phải có nguồn huê lợi trung bình từ bảy tám mươi ngàn một năm khiến những người lương ba cọc ba đồng hằng mơ ước. Họ mong có dịp nào đó được vô xem tận mắt để rồi "có chết cũng không ân hận!" Tuy nhiên, thường thì tên tuổi của họ không có trong danh sách được mời.

Từ xa hai trăm thước, hàng tá bong bóng đủ màu sặc sỡ cột tại trụ bảng chỉ đường khiến người ta không thể lầm lẫn được. Dưới tàn cây cổ thụ được tay chuyên nghiệp tỉa gọn gàng, mặt tiền căn nhà kiểu colonial vươn lên như một thách thức với thiên nhiên. Người có óc thực tế cho rằng "phí của giời" vì chỉ có hai vợ chồng già và một anh con trai độc thân tại chỗ mà ở căn nhà năm phòng ngủ lại thêm cái phòng khách quá rộng có thể mở một bữa tiệc đủ chứa cả trăm người.

Đa số thực khách là chủ tiệm neo, số còn lại là thợ sẽ mở tiệm trong nay mai. Ít thấy người ngoài nghề; cũng không thấy số bạn bè của ông Giang mấy năm trước đây hằng lui tới. Trong số các quý vị giới thượng lưu bạn mới của gia đình, người ta để ý thấy sự hiện diện của tất cả ba ông bác sĩ vùng nầy, trong đó một ông là chủ tịch cộng đồng. Như chực chờ sẵn, khi họ mới vừa bước chơn xuống sân đậu xe, bà Giang trong bộ đầm nhung màu huyết dụ đã ra tận nơi đon đả mời chào:

- Được các bác chiếu cố gia đình em rất lấy làm hãnh diện!

Cả ba ông bác sĩ đồng thanh đáp lời:

- Được đến thăm gia đình chị là điều quý hóa quá!

Nếu để ý lời đáp từ của ba ông khách, người tế nhị nhận ngay đây là khách quý của bà. Ông Giang trông cằn cỗi ù lì vụng về ít nói, lúc nào cũng như muốn nổi loạn. Nhưng bù lại bà Giang thật thà vui vẻ làm quan khách ai cũng hả hê, nhứt là khi nhìn bà cười bằng đôi môi xâm hồng và nghe bà nói giọng oanh vàng thỏ thẻ. Từ ngày làm chủ tiệm neo, qua sự giới thiệu của cô em Nancy Nguyễn, bà lại đi thẩm mỹ viện tận Toronto bên Canada sửa mắt, sửa mũi, sửa đủ thứ... và căng da mặt nên mặc dầu nhỏ hơn ông hai tuổi nhưng trông bà chỉ hơi cứng hơn cô Thùy - con gái đầu - chút ít.

Ông lại giã từ võ khí đã lâu, hình như từ ngày ông ra trường đại học cải tạo mười mấy năm về trước. Có người từng ở tù chung kể lại rằng ông bị cai tù đánh dập cột sống vì tội không chịu an tâm học tập cải tạo và hay cãi lý. Không biết làm sao mà tin bí mật phòng the nầy tiết lộ ra ngoài khiến nhiều đấng mày râu đủ lứa tuổi cảm thấy mình trẻ lại và phập phồng hồi hộp mong được lọt vào đôi mắt xanh mí lót được tân trang thành hai mí viền cong của bà. Trong lúc các phu nhơn tỏ vẻ không hài lòng thì các đấng phu quân xum xoe cố tỏ cho bà Giang biết vẻ hào hoa phong nhã nhứt của mình.

Chủ tiệm neo nói về tiền bạc và thỉnh thoảng đề cập xa gần tới khả năng sanh lý của loài thú vật và loài người. Họ dám giao du với cả các cô khách hàng người Mỹ lớn con trường túc bất chi lao. Còn các ông bác sĩ, vì các chủ tiệm neo đã nói về tiền rừng bạc biển rồi, thuyết trình về chuyện tình dục trên nền tảng khoa học thực nghiệm, "mặt sao ngao vậy!" Các ông tự tin khẳng định rằng chỉ bác sĩ mới rành nhứt về vụ nầy vì đó là nghề của chàng. Các bà phu nhơn giả bộ không quan tâm nhưng không một lời nào có thể thoát khỏi đôi tai thính loài chó của các bà. Nó vô tình khơi dậy nỗi ẩn ức sâu kín tận đáy lòng bà Giang. Ngoài mặt nói cười vui vẻ, nhưng chính bà cũng cảm thấy thiệt thòi. Bà đã chịu đựng cảnh phòng không gối chiếc lâu lắm rồi.

Khi trời sập, bà chỉ mới hai mươi tám, cái tuổi tràn đầy nhựa sống, và theo khoa tình dục học, hình như sung mãn nhứt trong đời một người phụ nữ. Nhưng bà cắn răng chịu đựng lo cho đám con còn nhỏ dại và thăm nuôi chồng trong tù. Bà cố tránh mọi cám dỗ nhơn cuộc đổi đời, vì bà yêu ông và yêu chỉ một mình ông thôi. Bà thường tâm sự với chồng - ngay cả sau khi căn bịnh ác ôn bám sát ông nửa đời còn lại "Anh là một người bạn, một người chồng, và là một người tình của em!" Bà đã theo ông đi khắp bốn vùng chiến thuật - trừ vùng Năm là bà chưa muốn - và đã từng ăn đồ hộp uống nước lạnh dưới hầm chống pháo. Thậm chí có lúc từng yêu nhau trong tầm đạn véo bất kể một hỏa tiễn vô tình có thể nổ tung.

Chẳng thế mà chỉ trong vòng sáu năm lửa đạn, ông bà sanh liền tù tì bốn người con. Hai trai hai gái xen kẻ nhau và nhịp độ ngày càng dồn dập: từ năm ba xuống còn năm một. Các cụ nói sanh con gái đầu tốt hơn đẻ con trai vì nó có thể giữ em và làm việc nhà. Những cha mẹ đông con có kinh nghiệm lại cho biết thêm rằng đổi đầu con làm ăn mới khá. Quả đúng như kinh: Ông Giang trong vòng sáu năm đó lên tới đại úy; và thay vì đợi tới ngày hai mươi mỗi tháng, ông luôn luôn được lãnh lương sớm mươi ngày! Cuộc đời ông lên nhanh như diều: Lúc chưa nhập ngũ ông đi xe đạp, trong nhà binh ông được đưa đón bằng xe Jeep hoặc xe Pick Up, khi buông súng ông đã dư chiếc Honda đam đời quân đội! Lúc gần đi tị nạn, bà xin một đứa con nuôi lai nữa, vị chi là năm. Tất cả các anh chị đã thành gia thất. Nay chị Út Lành nhỏ nhứt cũng đã ngoài ba mươi. Trong năm người con mà đã có hai kỹ sư thì cũng kể như một gia đình thành công, gương mẫu, và tiêu biểu.

Nhưng hai kỹ sư lại là hai người đầu tiên chịu ảnh hưởng trực tiếp của sự suy thoái kinh tế. Chị cả báo cáo chị Lan bị cho nghỉ việc không làm ông Giang ngạc nhiên. Ông vẫn thắc mắc không biết nhờ phép lạ nào mà chị Lan được mấy người phỏng vấn ở hãng EDS nhận:

- Chị Lan bị lay off là chuyện dĩ nhiên.

Chị Thùy biện hộ giùm cho em:

- Bố nói! Nó ra trường điểm cao chứ đâu có tệ!

Vẫn như mọi khi, ông chậm rãi:

- Học giỏi không đâu có đủ, con!

Đó là tại ông cho rằng chị Lan thật thà quá hóa khờ. Ông luôn luôn nói với các anh chị rằng "Không ai hiểu mình bằng chính mình." Trong đám con, ông cho rằng chị Lan giống ông nhiều nhứt. Lúc thân mật, ông nói:

- Tính của nó giống tao!

Chồng làm lương cao, chị Lan đi làm hay thất nghiệp cũng vậy thôi. Mấy tháng nay mỗi hai tuần chị vẫn nhận đều đều một cái ngân phiếu sáu trăm đô. Bà Giang cho rằng số chị Lan sướng. Hầu như chị không có ý kiến về bất cứ một vấn đề gì. Có cũng được mà không cũng chả sao. Suốt ngày chị chỉ bận bịu mỗi một chuyện là chăm sóc cho cậu quý tử, đứa cháu trai duy nhứt của ông bà Giang, dù là cháu ngoại. Bà khen nó giống mẹ nó hồi nhỏ như hai giọt nước. Cũng khuôn mặt đầy đặn tròn vo và cái đầu trọc lóc nhẵn như đầu nhà sư mới cạo. Chẳng những vậy, khi thằng bé Nam được năm tháng thì mẹ nó có em hai tháng trong bụng. Nói gở chớ nếu chị Lan sanh hai sinh ba hay sanh tới mười hai đứa bà cũng không lo!

Người mà bà Giang lo nhứt là anh thứ hai lại là trưởng nam đang ở cách gia đình gần hai giờ lái xe. Bà nhớ lại trận bão tuyết lúc trước cũng chưa làm bà nản lòng dù nó đã dắt bà đi lạc đường gần ba tiếng đồng hồ phải nhờ chị Thùy tới tìm cứu dắt bà về hãng. Bà tự lái xe đi làm mấy năm nay nhưng trời quang mây tạnh và ít xe cộ thì mới là điều lý tưởng. Hôm nào thời tiết xấu thì y như rằng thế nào nếu không xảy ra chuyện nầy thì cũng chuyện khác!

Ngay chiều hôm đó anh con trai kỹ sư gọi điện thoại an ủi mẹ và phấn khởi nói đủ thứ chuyện trên đời. Anh khoe rằng hãng của anh mới vừa cho nghỉ việc một đợt nữa. "Kinh tế xuống thì mọi sinh hoạt khác không thể bình thường được." Anh hăng say nói:

- Hãng phải từ từ loại bớt những tên cà lơ phất phơ.

Nghĩ nếu không có những đợt sa thải thì giỏi hay dở đều cá mè một lứa, anh Dương vui vẻ tiếp:

- Thế mà vẫn còn nhiều người không cần thiết đấy, mẹ ạ!

- Nhưng anh phải cẩn thận. Có thể nó còn đuổi nữa!

Anh khẳng định với mẹ là "không dám đâu!" vì anh chính là một trong những kỹ sư nòng cốt. Nhưng tay nghề kỹ sư nòng cốt của anh Dương, trong hoàn cảnh khó khăn hãng đã không còn cần nữa. Và đến đợt thứ ba thì anh Dương cũng vừa từ thiên đường rơi xuống chín từng địa ngục. Khi hay tin, bà Giang muốn phát lãnh, nghe lùng bùng lỗ tai, và đứng không vững. Anh Dương vừa mới xây thêm một cái phòng trên gác nới phòng ngủ của vợ chồng rộng gấp đôi đặng ở cho thoải mái. Tiện nghi nầy đáng giá mười mấy ngàn đô la tiền tươi dành dụm bấy lâu nay! Chị Kim, con dâu, lại mới cấn thai đứa cháu nội thứ nhì. Lúc mới biết tin chị có bầu, anh Dương bảo chị Kim nghỉ việc sở bưu điện để ở nhà dưỡng thai, đồng thời chăm sóc cho đứa con gái lớn mới hơn một tuổi, vì chị Kim làm cũng chẳng được bao nhiêu tiền, "lợi bất cập hại!"

Chị Kim đã tự nguyện xin nghỉ rồi muốn trở lại làm cũng không được. Tiền thất nghiệp anh chồng lãnh hàng nửa tháng như muối bỏ biển, lại bị cúp bảo hiểm sức khỏe. Bị bò đá lại bị trâu đạp! Chẳng bằng lúc trước: đi khám bác sĩ bất cứ lúc nào, nhiều khi chỉ mới hơi se người khó ở. Sinh nở tại một bảo sanh viện sang nhứt thành phố. Chiếc xe van mấy ngày nay lại dở chứng không chịu nổ máy. Bây giờ hai vợ chồng ngồi ôm nguyên một căn nhà mà tiền lời mortgage có cảm tưởng tăng lên cùng với số bill bọng lại tới mau hơn lúc trước. Ông Giang thương cảm nói với cô dâu:

- Rất tiếc là bố không thể giúp gì anh chị được. Chỉ xin có lời khuyên: Ngộ biến phải tùng quyền!

Cô dâu tủi thân than:

- Tự nhiên tai họa dồn dập!

Ông cha chồng tiếp:

- Cùng tắc biến, biến tắc thông, chị ạ! Kẹt quá phải tìm cách, mà tìm thì phải được!

Chị Kim im lặng mơ về những ngày vàng son. Chợt ông Giang nhắc lại câu thiệu "Không ai hiểu mình bằng chính mình," quả quyết như đứng trước hàng quân:

- Nhưng chính mình phải quyết định dứt khoát, chứ không thể lừng khừng được!

Sau khi tham khảo ý kiến với ông Giang, chị Kim quyết định xin đi tập sự tại Nancy's Nails của bà Nguyễn Thị Ba, cũng có tên Tây là Nancy, em của bà Giang. Người ta thường gọi bà Ba Hột Xoàn không phải bà là chuyên viên nghiên cứu về kim cương và đá quý mà vì hột xoàn hiện diện hầu như khắp con người béo tốt phúc hậu của bà. Bà khoe rằng nếu ở Việt Nam thì bà không dám se sua như thế. Lúc đầu bà từ chối chị Kim nhưng chừng một tuần sau thì bà chịu, một phần nhờ bà Giang nói thêm vô, và phần khác vì hai vợ chồng thằng con lớn sẽ dắt nhau đi Florida lập nghiệp, tức là mở tiệm neo. Bà nói:

- Đủ lông đủ cánh rồi thì cho nó đi làm giàu với người ta chứ!

Bà Ba ngọt ngào, thông minh, và có bản lãnh. Các thợ nữ ngưỡng mộ bà qua kinh nghiệm bản thân và đòn phép làm ăn của bà. Bà mới qua đây thôi nhưng bà làm chủ mấy cái tiệm. Tiệm nào cũng đáng giá bạc trăm, ý bà nói trăm ngàn đô-la. Bà khôn ngoan qua mặt được cơ quan thuế vụ, tuyên bố với đám đệ tử:

- Tụi thuế vụ coi vậy mà ngu lắm! Bây đừng tưởng Mỹ nó khôn. Cô chẳng những không đóng thuế mà năm nào nó cũng trả về cho cô mấy ngàn nữa!

- Vậy là cô ăn hai đầu?

Thân lắm bà mới tiết lộ:

- Vâng! Hay dở là ở chỗ nầy. Thằng ngu làm cho thằng khôn hưởng. Ở đâu cũng thế!

Bà khôn ngoan chỉ gởi tiền vô nhà băng vừa đủ để trả bill tiệm. Số còn lại bà đổi ra giấy một trăm nguyên giấu ở nhiều nơi khác nhau, khi thì trong áo gối cất dưới đầu nằm, khi trong đống quần áo cũ, thậm chí có khi để trong tủ lạnh.... Mỗi sáng trước khi đi làm, bà bỏ nó vô xách tay mang theo bên mình. Điều nầy gây bất tiện cho bà quá đỗi. Chánh phủ Mỹ phải hoàn toàn chịu trách nhiệm khi không phát hành giấy năm mươi ngàn để bà cất cho gọn!

Cả hai vợ chồng thất nghiệp mà nghe toàn chuyện tiền muôn bạc vạn, chị Kim tủi thân nhiều lúc khóc với bà già chồng, vì lúc trước chính chị phản đối cái vụ làm nghề neo và mở tiệm neo:

- Đành rằng kiếm nhiều tiền nhưng sao con cảm

thấy việc làm có vẻ hạ tiện quá!

Nhiều thợ dũa trong nghề lâu năm cũng xác nhận điều nầy, nhứt là làm chưn cho khách. Những người tự ái chỉ muốn nín thở qua sông. Nhưng vì sông dài quá phải trồi lên lấy hơi thì ngửi phải cái mùi khó chịu toát ra từ đôi chưn dầy và cứng như da trâu. Đó là chưa kể mùi chua hỗn hợp của bộ quần áo cũ và mùi mồ hôi của hai ngày chưa tắm. Anh Dương nhìn theo bàn tay điệu nghệ cầm cái bàn nạo của người thợ. Cô kiên nhẫn và tận tụy - có khi cúi gần sát tới bàn chưn người khách - nạo tới nạo lui đến khi lớp da trâu mòn tận lớp da mềm thì đi những đường bàn chà. Khi cô dừng tay thì chậu nước đã ngã sang màu đất, trông như nước trong thùng rọng cá nhiều ngày chưa thay.

Anh kỹ sư Dương sau khi quan sát thao tác làm chưn xong, hăm hở phát biểu:

- Phải design cái ghế lại.

- Tại sao?

Anh so sánh công việc của người thợ đánh giày:

- Người thợ bò bò mọp mọp phía dưới làm mất tư cách quá. Phải thay đổi vị thế giữa hai người.

Thế là anh nghĩ ra cái ghế làm chưn với cái bồn ngâm chơn ở trên cao cho người khách nằm dưới thấp gác chân lên cho người thợ phía trên cao làm. Anh nói từ vị thế nầy, người thợ xóa đi được cái mặc cảm nô lệ. Nhưng khi người thợ làm xoa bóp cho khách từ dưới bàn chưn lên tới khỏi đầu gối khiến anh cứ phân vân hoài về việc làm sao cho cái váy của khách hàng khỏi tốc ngược xuống để lộ hai cái mông nám đen và sần sù y như hai bàn chưn trông ám ảnh quá! Cho tới khi anh sang lại cái tiệm neo đã ba tháng mà dự tính vẫn còn nằm trong kế hoạch làm ăn lớn. Ý nghĩ sáng tạo nầy chắc là do anh thừa kế tính nhìn xa và nhạy cảm thị trường của ông Giang.

Cách đây năm năm, khi hầu như tất cả mọi người lo làm hai công việc để mua nhà thì ông Giang lại có ý nghĩ là phải làm ăn cái gì đó chớ không thể đi làm cho Mỹ hoài được. Lúc ấy ông đang làm cái nghề mà ông không mắc cở tự nhận là cu-li chưa tới mười đồng một giờ. Còn bà vì là phụ nữ truyền thống Á Đông phải nhường chồng một chút. Lương hướng cả hai ông bà gộp lại vừa đúng là 2.880 trên giấy tờ nếu không làm thêm giờ. Nhưng vì cả hai kém tiếng Anh không biết chữ *No* nên khi đốc công hỏi muốn làm thêm không thì họ đều trả lời *Yes*. Dù không cao sang bằng ai nhưng hai vợ chồng cũng có một căn nhà nhỏ trong xóm các ông bà Mỹ gần đất xa trời vùng Pontiac, thành phố đã cưu mang gia đình ông bà trên bước đường lưu lạc.

Nhưng không biết ông Giang có tham vọng làm ông gì ở cái tuổi bốn mươi lăm mà ông vừa đi cày lại vừa học đại học. Ông học ngành điện chẳng liên quan gì tới nghề thợ sơn ông đang làm cả. Và ông cũng biết trong tất cả các trường đại học không có trường nào có ngành kỹ sư sơn. Chỉ sau khi đi phỏng vấn làm chuyên viên với hãng GM rớt, nhìn vào kiếng ông mới nhận ra ông đã mất hai cái răng hàm đầu tiên phía bên phải. Mà ác một điều là hai cái răng đó liền nhau lại nằm ở hàm trên khiến cho khi ông nói hay cười chỉ có người mù mới không thấy khoảng không gian sâu thẳm bên trong.

Bà Giang từ tốn nói:

- Đã nói mà bố không nghe!

- Mẹ nó nói cái gì?

- Nhiều người kỹ sư còn trẻ hơn bố mà...

Bà bỏ lửng câu nói, nhưng ông hiểu ý bà. Ông cay đắng nhận ra kỹ sư chưa có kinh nghiệm ở tuổi ba mươi lăm đã muốn quá date rồi huống hồ gì mình. Phải chăng ông chỉ vì tự ái không chịu thua tụi nhỏ:

- Tụi nó học được tại sao mình không học được?

- Dĩ nhiên học được nhưng có được làm hay không là chuyện khác.

Lúc đi phỏng vấn ông hồ hởi như một chàng lính trẻ xung trận. Giờ đây ông chán nản như bị người tình cho leo cây. Chưa bao giờ bà thấy khuôn mặt gà chết của ông như lúc nầy:

- Bố lại trông già trước tuổi.

Rồi bà kể vanh vách tên những người bạn cùng lứa với ông. Ông nào cũng phương phi tốt tướng trẻ hơn tuổi thiệt khoảng mười năm. Còn ông thì trông như ông già của những người ấy.

- Sớm nhất cũng ba năm nữa bố mới xong. Kỹ sư mới ra lò bốn mươi tám tuổi. Ở tuổi nầy có người về hưu rồi!

Ông vẫn cố cãi:

- Mẹ nói thế chứ ai mà về hưu ở tuổi đó? Ít nhất cũng năm mươi chín tuổi rưỡi. Chỉ có mà về hưu non!

Một bữa, sau khi nói chuyện hơn tiếng đồng hồ với cô em Nancy Nguyễn tức bà Ba Hột Xoàn, chợt bà bàn với ông:

- Hay là mình học neo, bố ạ!

- Mở tiệm thì cần gì phải học?

- Không biết nghề thì thợ nó leo lên đầu.

- Chỉ cần biết sơ sơ cũng được mà!

Dù chưa bàn tới vấn đề là ông hay bà phải hy sanh nghỉ làm hãng trước, nhưng ông nghĩ bà Giang cũng có lý:

- Nhưng sao tôi vẫn thấy kỳ kỳ thế nào ấy!

- Có cái gì mà kỳ? Chứ làm janitor thì sao?

- Làm janitor thì đỡ nhục hơn.

- Cứ coi như cái nghề đi. Miễn không ăn cắp ăn trộm thì có gì xấu hổ?

Ông bỏ lửng câu nói:

- Dù hèn cũng thế... dù bể cũng còn cọc cạch!

Lúc ông bà đang bàn chuyện nầy thì chị Lan đang học ngành computer ở trên Flint. Trong thời gian làm co-op, chị đã âm thầm đi học trường Bella Beauty College. Chị bày hàng bảo bà mẹ đưa tay cho chị thực tập thì bà không chịu nổi cái mùi thuốc rửa acetone. Nó làm cho bà lại lên cơn suyễn hầu như dứt hẳn từ mấy năm nay. Chị Thùy nói:

- Độc hại lắm, mẹ ạ!

- Vâng, mẹ cũng nghĩ như thế!

- Bác sĩ bảo con Lành phải nghỉ làm cho đến sau khi sinh.

Bà Giang thương đứa cháu ngoại trong bụng phải chịu mùi acetone quá sớm trước khi nó có thể làm neo mười mấy năm sau! Các cụ nói chửa con so bao giờ cũng khó và nhiều khi nguy hiểm nữa. Tay chưn mặt mũi chị Lành sưng phù trông như thây ma chết trôi. Nhìn thân hình đồ sộ nặng nề của con gái, bà Giang cầu nguyện cho gia đình bình an để được đi làm có nhiều tiền mà phụng sự Chúa. Dù chị Lành rất tiếc số huê lợi có thể thu được trong thời gian nghỉ làm nhưng cũng phải về tạm trú tại nhà bà cho người mẹ có dịp biểu lộ tình mẫu tử.

- Con đừng tiếc. Chỉ cầu Chúa cho mình sống bình an.

- Giao tiệm cho ảnh...

- Anh Trung cũng cứng nghề chứ có phải mới học đâu?

- Không! Ý con muốn nói... Làm xong ảnh chạy thẳng xuống casino.

- Thì lâu lâu cho anh ấy enjoy chút đỉnh.

- Mấy tháng nay ảnh nướng gần cả trăm nghìn. Chút đỉnh gì?

Như có điều gì khó xử, một lát chị Lành mới nói:

- Con sợ mấy con thợ.... Mẹ còn lạ gì tính anh Trung!

Cuối cùng thì ông bà quyết định: "Thôi. Đừng nghĩ đến chuyện nầy nữa!" Nhưng họ sẽ không nghĩ tới cái nghề tệ bạc nầy nếu không có biến cố khủng bố. Sau ngày đó, số khách hàng quen thuộc của tiệm may và cho mướn tuxedo của chị Thùy cũng thưa dần. Tính ra thì vừa đủ trả lương cho một người thợ duy nhứt là bạn của chị Thùy, trả bills, trả góp tiền xe và tiền lời mua nhà. Những ngày nầy chị phải mang theo thức ăn nấu sẵn chớ không còn cơm hàng cháo chợ nữa. Chị học neo tại tiệm của người bạn cách hai căn trong cùng một plaza, mà lúc trước chị mủi lòng khi nhìn cô giáo

Thanh đang lòm còm nắn bóp chưn cho một người khách Mỹ. Tới ngày mở tiệc tân gia của ông bà Giang, trong khi đăng bảng chờ đợi bán tiệm may giao cho chị Tâm quản lý, chị Thùy đã chánh thức gia nhập vào giới cầm dũa.

Thời tiết năm nay thất thường. Mùa đông ít tuyết hơn những năm trước. Sau những ngày tương đối không lạnh, chợt có hôm buốt giá thấu xương, nhưng không một mải mai ảnh hưởng gì tới buổi tiệc liên hoan. Trong ngôi nhà mới ấm cúng, không khí như chợ vỡ. Ai cũng giành nói cho mọi người biết sự hiện diện của mình trước đám đông, như sợ sau khi ra về, tên mình chìm vào quên lãng. Ông Giang không thích nghe tiếng chén bát muỗng đũa khua; lại càng chán nghe cái điệp khúc đơn điệu nhàm chán của loài dơi, như sau nầy ông tâm sự với vài người bạn thân. Tiệc nửa chừng, ông lấy cớ đi vệ sanh, lên lầu ở biệt.

Ông bác sĩ Phạm Hoàng Thanh dẻ miếng cá hấp cho vào mồm xong nhìn bà Giang:

- Bây giờ chị own mấy tiệm?

Bà Giang khiêm nhường trả lời:

- Vợ chồng em chỉ có mỗi một tiệm thôi, bác ạ!

Không cần nghe lời đáp của nữ chủ nhân, ông bác sĩ đó đang bận thưởng thức cái cổ áo đầm thêu ren hình trái tim ôm quanh vầng ngực đầy đặn của bà. Nhưng ông không nhìn sợi dây chuyền bạch kim có cây thánh giá gắn hột xoàn lóng lánh. Chắc ông đang ôn lại một bài trong Cơ Thể Học nên một ông khác tiếp lời:

- Còn cái tiệm ở Southfield?

Trước sau gì nếu khách không hỏi thì bà cũng bằng cách nầy hay cách khác cho biết:

- Ba cái tiệm kia là của các cháu đấy ạ!

Tay mân mê ly rượu trên bàn trải drap trắng, ông bác sĩ lúc nãy đọc hiểu rành tiếng Anh, như sợ người khác nói trước một tin sốt dẻo, làm thêm một đũa và không đợi thực phẩm xuống khỏi cổ họng, nói ngay:

- Một tờ báo Mỹ làm research cho biết bảy tám mươi phần trăm tiệm neo bên Cali là do người mình làm chủ.

Ai cũng biết người Việt mình thông minh trong học hành và làm ăn. Nhưng họ lại không ngờ người mình ở hải ngoại lại thành công nhiều đến thế. Họ lại càng ngạc nhiên và hãnh diện về cái nghề ôm chân xoa bóp và nghề dũa móng tay, cái nghề làm chơi ăn thiệt. Lâu lâu về Việt Nam chơi nói là thăm gia đình xài đô-la mệt nghỉ để tụi nội địa biết phong cách của Việt kiều tị nạn chánh trị.

Nếu không có biến cố 911, không nhiều kỹ sư thất nghiệp gia nhập làng neo. Tiểu bang lại có quyết định không cho người làm thông dịch nữa - tức là không cho thi giùm trá hình - đã cố ý hay vô tình nâng giá trị giới cầm dũa. Có người làm neo đưa ý kiến là phải đánh giá lại cái nghề cao quý và cao siêu nầy.

Đến ngày mua cái biệt thự đề bảng "Nguyễn Gia Trang" - dù ông Giang họ Ngô - thì gia quyến bà Giang làm chủ tới bốn cái tiệm. Bà dự định chừng nửa năm nữa thì nhảy vào khu thương xá. Nhưng chỉ cần lúc nầy thôi bà Giang đã quá mệt mỏi không phải vì dũa nhiều mà vì đếm tiền không xuể. Và vì không thể giữ tiền mặt quá nhiều nên vài người trong gia đình và chồng bà Ba Hột Xoàn thỉnh thoảng xuống Detroit hoặc qua Windsor phụ đóng tiền điện cho casino!

Ông Giang ngày càng như cái bóng mờ trong cơn lốc xoáy, như không còn ai để ý tới sự hiện diện của ông trên cõi đời nầy. Cũng từ ngày làm chủ tiệm neo, bà Giang khai bịnh hoài hoài. Nhưng vì không có bảo hiểm sức khỏe, bà Giang lại phải nhờ ông Bác sĩ Phạm Hoàng Thanh tới tận nhà chữa trị. Bịnh bà càng ngày càng lậm, nhứt là khi ông Giang đi đâu xa!

■ nhuận sắc *240612*

5

SỰ NGẠC NHIÊN DÀNH CHO NÀNG

Phải chật vật lắm anh chàng thiếu úy trẻ mới xin được một căn trong cứ xá nầy, nghĩa là phải chờ từ hồi chuẩn úy mới ra trường cho tới bây giờ. Cái đơn được sắp hạng ưu tiên số MỘT. Đó cũng nhờ vào tuổi trẻ tài cao, chớ thật sự thì chàng cũng chẳng biết chạy chọt đút lót gì cho ai! Trong lúc chín mươi chín phần trăm thiếu úy đều độc thân thì chàng thiếu úy Năm nầy mới hăm hai tuổi đã chế tạo được hai nhóc tì cách nhau chỉ hơn năm một chút - chưa tới mười ba tháng!

Chỉ trong vòng một ngày căn phòng lộn xộn xà bần nầy thành ngay nhà ở, trong đó những vật trang trí nội thất đầu tiên đập vào mắt khách viếng chính là ba cái giường sắt Pháp có nệm cỏ đàng hoàng, khỏi cần trải drap chi cho mệt. Cô em gái nhỏ và hai đứa con được ưu tiên ngủ hai cái giường chiếc ghép lại, còn vợ chồng chàng thiếu úy trẻ thì nằm một cái cho ấm, được che lại bằng một tấm ri đô làm phòng cho riêng tư! Không phải tài sản của gia đình chàng chỉ có ba cái giường sắt thổ tả kia thôi đâu! Ở giữa nhà còn có một cái bàn dã chiến gồm bốn cái thùng lựu đạn khói úp xuống, bên trên trải mấy tờ nhựt báo cũ. Thiếu úy còn cẩn thận dùng mấy sợi dây thung nối cột lại cho nó khỏi bung ra bập bềnh!

Tổ ấm vừa dựng xong chừng ba tháng thì chàng phải đổi đi Pleiku thế chỗ cho một anh chàng được chuyển về trong nầy cho gần quê quán. Dạo nầy phi trường thường bị pháo kích, Trang đòi ôm con về quê ở với bà ngoại:

- Mới xin được nhà lại đổi đi!

Năm an ủi vợ:

- Chuyện nhà binh sao biết trước được, em!

- Thà về dưới sống có gì nương tựa bà ngoại cũng đỡ lo.

- Em đừng nói gở! Ở dưới không an ninh đâu!

- Thì ở đây cũng vậy, có hơn gì?

Năm cố nài nỉ Trang:

- Thời chiến thì chỗ nào như chỗ nấy. Ở dưới thì khi đi phép anh khó về thăm mẹ con em được. Thà ở đây mà chắc ăn hơn.

Cho nên trước khi đi chàng thiếu úy rán đào một cái hầm ngay trong nhà, dưới sàn, bên trên giường chất ba bốn lớp bao cát phẳng phiu, xong lót tấm ván ép, và trên cùng trải hai tấm nệm. Xong đâu đấy cái giường trẻ con cao khoảng tới ngực người lớn, anh bảo:

- Cô Dung phải nằm cản ở ngoài kẻo tụi nhỏ ngủ mê lăn té.

Ít người ngạc nhiên khi hay tin anh chàng Thiếu úy trẻ tuổi tài cao đổi đi Pleiku. Anh coi trời bằng vung, không trên đội dưới đạp như đa số những người phục vụ tại các căn cứ gần Sài Gòn. Nếu nói vậy thì cũng hơi oan cho cấp chỉ huy vì thật ra không còn ai xứng đáng phải đi nữa! Vả lại đây cũng là chuyện bắt buộc phải thi hành chỉ thị của Bộ Tư lịnh Không Quân mà thôi. Hễ ở vùng xa hai năm thì có thể xin đổi về vùng gần với điều kiện là phải có người thế. Vậy là phải có một con nhạn ra đi.

Lúc đầu thì có hơi sốc nhưng được an ủi là lãnh lương sớm và nghỉ phép mười ngày để thu xếp việc gia đình. Nhưng sẵn trớn anh chàng đi luôn cho tới ngày thứ mười bốn mới trình diện tại đơn vị mới. Anh chàng phịa chuyện để phân bua là không có chuyến bay dù ông xếp mới cũng chẳng nói năng gì về chuyện trễ phép. Ông chỉ hỏi thăm về sanh hoạt ở đơn vị cũ và chuyện vợ con. Và sau cùng ông không quên nhắn nhủ yên chí lớn mà làm việc, làm một lèo ba bốn tuần thì đi phép mười ngày, chớ không phải làm ba ngày nghỉ một ngày như ở đơn vị cũ.

Chưa tới hai ngày anh chàng thuộc lòng mọi chuyện. Anh nhớ tên từng thằng và từng sếp, vì những nhơn vật ở đây đều là những tay chọc trời khuấy nước có biệt hiệu đăng bạ tại Khối Quan Sát Bộ Tư lịnh Không Quân. Tuần lễ đầu anh chàng chuyên trị sĩ quan trực, một việc làm không cần tới cấp bậc thiếu úy, vì chỉ nhận lịnh từ Phòng Hành quân thuộc Liên đoàn Tác chiến rồi gọi điện thoại cho phi hành đoàn đi bay. Trong những ngày nầy tình hình có vẻ sôi động cho nên các thầy phải đi cày bán sống bán chết không có thì giờ kiểm tra khả năng hành quân cho lính mới. Vậy mà điều bận rộn nhứt có thể nói là những cú điện thoại không dính líu gì đến công vụ. Thân nhơn và nhứt là các nàng "sợ trở thành góa phụ trước khi kết hôn" hay gọi xem "người hùng" của mình có chuyện gì không. Sau đó, sớm hội nhập vào dòng sanh hoạt tuyến đầu lửa đạn, anh chàng quên hẳn là mình còn có vợ và hai con đang ở Biên Hòa, cho tới khi được Thiếu tá trưởng Phòng Hành quân hỏi chừng nào thì sẵn sàng về thăm nhà?

May mắn cho chàng là không phải chờ đợi lâu lắc mà được tháp tùng chuyến bay liên lạc chở các quan lớn bên Quân đoàn II về Sai Gòn họp, tiện đường đáp Biên Hòa. Từ trên phi cơ chàng vẫn thấy ngôi trường nàng dạy cách phi trường không xa là mấy. Lòng chàng hồi hộp xao xuyến như lúc chuẩn bị gặp nàng hồi mới yêu nhau. Năm nghĩ giờ nầy chắc Trang đang say sưa với những bài văn, những bài sử địa, và những bài công dân giáo dục.... Khi máy bay vào final đáp đầu phi đạo 27 chàng còn thấy được khu cư xá bốn dãy lợp ngói đỏ theo thời gian ngã màu nâu đậm. Căn của Năm nằm đầu dãy ba nhìn về hướng Tây Nam. Đó là gian nhà hạnh phúc của đôi vợ chồng tấm mẳn. Họ yêu nhau và lấy nhau từ thuở hàn vi bất chấp lịnh mẹ cha và xem thường tiếng đời mai mỉa. Sao cái miệng móm có duyên thơm mùi con gái đến như vậy! Anh chàng lý luận ngụy biện:

- Em móm anh vẩu, thế mới perfect.

- Sao perfect?

- Khi hun nhau không cấn răng.

- Anh chỉ nói xàm!

Nhưng suy nghĩ lại thì nàng thấy cũng có lý: một bên lồi một bên lõm nhập lại là ăn khớp. Những người nhiều chuyện trong cái xóm toàn người Nam cho rằng nàng bị bùa mê của thằng Bắc kỳ! "Nó chẳng ra hồn gì cả: vừa xấu trai lại vừa thô lỗ." Nàng nhận xét rằng Năm không được đẹp chớ đâu có xấu tệ! Nhưng bù lại thì chàng ta lanh lợi, vui vẻ, hoạt bát, và ồn ào. Anh chàng cũng có kiến thức chớ đâu phải đù! Cho tới bây giờ nàng vẫn chưa cảm thấy ân hận về quyết định lầm lỡ của mình. Rồi nàng liên tưởng tới những lúc ái ân tự nhiên thấy mắc cở đỏ mặt. Chàng mơ tưởng đến lúc ôm nàng vào lòng và cả hai người đều nói những câu vô nghĩa, nhưng hoan lạc tràn trề, một thứ sung sướng dù nói bao nhiêu lời cũng không đủ diễn tả. Chàng dự định sẽ không gọi điện thoại báo cho nàng biết tin, dành cho nàng một sự ngạc nhiên hạnh phúc!

Một vài xe chạy ngang mời chàng lên xe cho quá giang nhưng chàng đều từ chối. Dù nôn nóng nhưng chàng cũng không vội vàng vì biết rằng giờ nầy nàng đang ở trường bận rộn với lũ học trò. Vai mang chiếc ba lô vải kaki từ lúc ở quân trường chàng vẫn thích và xài tới bây giờ, thả bộ tà tà. Chàng biết được chỉ còn mấy ngày nữa là bãi trường khi đi ngang qua Trường Tiểu học Không quân trong căn cứ. Dự định đợi hết niên học xin cho nàng chuyển về dạy trong nầy. Cái Nguyệt sang năm vào mẫu giáo rồi, mà cô Dung thì ra học lớp đệ thất trường Ngô Quyền. Lúc ấy sẽ đỡ vất vả cho nàng hơn vì trường Mẫu giáo nằm trên đường từ nhà tới chỗ dạy.

Hai cây phượng sân trường tô màu đỏ thắm. Vài cánh theo gió bay lửng lơ. Mấy năm trước, khi họ gặp nhau cũng dưới hàng phượng sân trường. Chàng không nhớ là mình đã nói gì nhưng nàng thì không quên. Lúc vui nàng hay nhắc lại chuyện cũ:

- Anh chỉ nói chuyện tào lao không đâu vào đâu cả.

Chàng hỏi:

- Nhưng sao em lại chịu lấy anh?

Nàng cười có ý trêu chọc chàng:

- Tại không ai chịu lấy đành phải lấy anh vậy thôi!

- Phải vậy không? Anh tệ vậy sao?

Nàng tâm sự:

- Thích nghe anh nói chuyện tào lao, và đi chơi với anh vui hơn. Mấy thằng cóc cắn kia như ông cụ non!

Với sự tò mò thích thú, nàng nói:

- Với lại cái giọng Bắc kỳ của anh!

- Cái giọng Bắc kỳ của anh làm sao?

Nàng mắc cở không nói. Chàng thỏa mãn cười, tiếp:

- Vậy là em bị cái giọng Bắc kỳ đểu cáng của anh dụ dỗ rồi!

Chàng nghĩ thương vợ, học chưa xong được cái tú tài để lên đại học như tụi con nhà khá giả mà phải vào Sư phạm Giáo học Bổ túc. Vừa ra trường thì lại lấy chồng rồi tới con cái, nàng chưa biết thảnh thơi thời con gái là gì. Lấy nhau xong chưa bao lâu thì chàng nhập ngũ, nàng phải sống trong đơn chiếc chờ chồng nuôi con. Còn chàng, chàng đã làm được gì để đáp lại tình yêu của nàng? Buồn nhiều hơn vui. Đã vậy lâu lâu nàng lại khám phá ra một chuyện tình lẻ tẻ lăng nhăng bên lề! Đó là kết quả của những lần biệt phái lâu ở tỉnh lẻ. Thiếu úy vẫn thường nói là chàng vợ con đùm đề nhưng các nàng lại cho là chàng nói chơi! Tại cái giọng cà tửng và cũng tại cái mặt búng ra sữa của chàng. Tánh nàng mau quên cho nên mọi chuyện cũng chìm dần vào quên lãng.

Cạnh nhà là gia đình của một người niên trưởng. Anh Thành là dân Nam mà chị Thành là loại gái Bắc đã "khéo chiều chồng lại khéo nuôi con." Chị bảo:

- Có việc thì mang các cháu sang tôi giữ giúp cho.

Trung úy Thành tiếp lời:

- Có nghĩa là giúp cho cô ấy tiêu thì giờ. Cả ngày không làm gì cô cũng chán!

Vợ chồng anh Thành nhờ gia đình cả hai bên yểm trợ hành quân cho nên sống cũng không đến nỗi vất vả lắm mà có chiều thoải mái. Ngoài chuyện cơm nước và chăm sóc một đứa con duy nhất, chị thật sự không làm gì khác nữa. Lúc không có mặt chị Thành, Trung úy nói:

- Mày đưa mấy đứa nhỏ sang cho bà ấy có việc làm.

Năm nói huề vốn:

- Xem thế, chị cũng bận lắm!

Thành cãi:

- Tao sợ cái kiểu đàn bà ở không. Lại bày đặt làm thơ nữa chớ! Dễ suy nghĩ bậy bạ viễn vong lắm!

Cái anh chàng Trung úy Thành nầy mới đến là lạ! Vợ hay chữ đọc sách làm thơ mà cho là bày đặt. Năm ghi nhận thiện chí của vợ chồng Trung úy Thành. Tuy nhiên, anh cũng biết điều không nên lợi dụng lòng tốt của những người bạn, định bụng là chỉ khi nào thật kẹt mới nhờ vả mà thôi. Trước khi lên đường chàng bàn chuyện giải quyết hai đứa, cái Nguyệt và thằng cu Hùng.

- Hay là em nghỉ dạy ở nhà chăm sóc cho các con.

Trang tính toán:

- Một kiểng hai quê không biết xoay sở làm sao cho đủ!

- Chớ anh chị Thành thì sao?

- Anh chị ấy chỉ có mỗi một đứa.

- Vậy cứ để chúng ở nhà cho cô Dung. Lúc cô Dung đi học thì gửi nhờ bên chị Thành.

- Sợ chị ấy coi không xuể. Lỡ khi pháo kích?

Chàng khó xử:

- Dặn cô Dung và chị ấy cẩn thận đừng thả tụi nhỏ lung tung.

Một lát chàng quyết định:

- Tạm thời như vậy đi. Mai mốt anh xem ngoài ấy như thế nào rồi hãy liệu sau.

Cây sứ trước nhà trổ đầy hoa trắng, thân và cành sần sùi trơ trụi như những bàn tay của người mắc bịnh cùi. Năm đi vòng ra phía sân sau xem tụi nhỏ có chơi dưới tàn cây trứng cá không. Chàng dán mắt vào cửa sổ lưới. Hai đứa đang mãi chơi sắp chữ không hay biết có người nhìn trộm! Cửa nhà đóng bằng cái chốt gài bên trong cho nên chàng không làm sao hù các con cho được. Mấy đứa nhỏ nhao nhao lên "Bố về! Bố về!" Chưa kịp chào cô Dung chàng ôm hai đứa xấp xỉ vào lòng xiết chặt, thật chặt, và hôn lấy hôn để. Anh cho là gia đình may mắn. Hai đứa nhờ giống Trang mà trông xinh đẹp cũng mừng. Nhiều khi anh nghĩ dại nếu cái Nguyệt mà giống chàng thì thật tội nghiệp cho đời con gái của nó! Mắt to mũi cao là bản sao của người vợ hiền. Đôi môi mọng và da thịt con nít còn thơm mùi sữa! Anh cà cà hàng ria lởm chởm vào cằm tụi chúng khiến chúng nhột cười hắc hắc:

- Bố nhớ các con quá! Chúng con nhớ bố không?

Cô con gái lanh lợi tranh nói trước:

- Nhớ. Hùng nhắc bố hoài.

Hùng thỏ thẻ:

- Con nhớ bố! - Rồi nó cười cười không biết nói gì nữa.

Nguyệt tâm sự giùm mẹ:

- Mẹ nói mẹ nhớ bố!

Để cho mấy cha con tự nhiên một lát, cô Dung bấy giờ mới xen vào:

- Hình như ngày hôm nay trường chị Trang làm lễ bãi trường.

Chàng xông xáo phụ cô Dung làm cơm cho mấy đứa nhỏ ăn trước. Riêng chàng đợi rước vợ về ăn một thể cho vui. Tắm rửa rồi mặt đồ đẹp cho hai đứa con. Chương trình là chàng lấy xe đạp chở hai đứa nhỏ rồi lúc về thì để nàng chở bằng chiếc xe Honda đam đỏ đời quân đội đầu tiên - đó là gia tài duy nhứt của hai vợ chồng - còn chàng thì đạp theo.

Cô Dung hỏi:

- Anh tìm cư xá được chưa?

Năm chợt nhớ ra:

- Được rồi. Kỳ nầy về thu xếp đưa gia đình ra ngoài ấy.

Chàng nheo nheo mắt ra dấu cho em gái:

- Bí mật nghe!

- Vậy thì tốt. Vắng anh, chị buồn quá! Bố vẫn thường nói chồng đâu vợ đấy mà!

Trước khi Năm dắt xe đạp ra, Dung dặn dò thêm:

- Đường chật, chạy xe cẩn thận!

Năm cười:

- Tử vi nói anh thọ tới một trăm tuổi!

Từ xa xa chàng có thể nhìn thấy người lố nhố ở sân trường. Trên cao, cờ vàng ba sọc đỏ in đậm lên nền trời xanh. Hình như bà Hiệu trưởng đang đọc diễn văn bế mạc. Sau cái bục nói chuyện, năm ba phụ huynh học sanh sắp hàng một bên, còn bên kia là thầy cô giáo ăn mặc tươm tất hơn: áo dài và đồ tây.

Vừa lúc chàng chạy tới cổng trường cũng là lúc nghe tiếng đạn hú. Năm quăng xe và xóc hai con lăn xuống lề đường trước sự ngạc nhiên của nhiều người. Đám đông chợt hiểu việc gì xảy ra sau tiếng nổ cuốn lên bụi cát mịt mù. Tiếng ồn ào xôn xao la hét khóc lóc vang cả góc trời. Chàng ôm con chạy vô. Trang nằm đó bất động, máu me đầy người, và không cảm nhận sự ngạc nhiên của chồng dành cho nàng!

■ nhuận sắc *240612*

6

MÙA HOA PHƯỢNG THẮM

Văn phòng hiệu trưởng mặt tiền chỉ bằng nửa mỗi lớp học, chứa được hai cái bàn cỡ trung bình. Thoáng nhìn thì người có đầu óc đơn giản tới đâu cũng đoán được bàn của hiệu trưởng nằm ngay chánh giữa hình như có người làm việc cho nên xem hơi ngăn nắp. Còn bàn kia rẻ tiền và cũ kỹ hơn nằm sát tường chắc chắn là của cô thơ ký. Cái máy đánh chữ từ thời Bảo Đại còn du học bên Pháp được trùm bằng miếng vải may tay phủ chút ít bụi bên trên cho biết là chưn thơ ký đã bỏ khuyết bấy lâu nay. Từ ngoài cửa trước khi bước vô, người ta có thể nhìn xuyên qua phía sau là đám ruộng biền, và qua phía bên kia nữa là cái sân banh của xã lúc nào cũng có đám trẻ con bụi đời giành nhau một trái banh lòi ruột. Những người lớn cứ thắc thắc là tại sao chúng nó chơi cái trò gì khó hiểu!

Không ai có đủ kiên nhẫn đứng từ cửa văn phòng hướng ra ngoài đường đợi nhìn xe cộ vì mỗi ngày có đúng ba chuyến xe đò đi Chợ Lớn mà thôi. Mỗi lần xe chạy qua thì y như rằng năm bảy đứa con nít chạy theo phía sau để hít mùi xăng mà chúng cho là thơm không thể tả! Và theo thời gian lớp bụi đỏ phủ lên hàng rào biến lá keo thành màu đỏ sậm như màu áo của lính nhảy dù Pháp. Cái cửa hai cánh bằng gỗ xịch xạc vẫn phải khóa lại mỗi khi tan trường mặc dù đám con nít tiểu yêu xung quanh ra vô lúc nào cũng được. Bước đi trên đá sỏi xào xạo dưới chân trước khi vào văn phòng hiệu trưởng phải né qua cái cột cờ bằng gỗ mà những hôm gió to, tiếng phần phật làm người ta có cảm tưởng là bão tới nơi.

Vì lớp tôi dạy nằm sát bên văn phòng, cho nên những khi rảnh việc nghĩa là lúc cho học trò làm bài chẳng hạn, tôi hay la cà sang bên ấy chơi. Cũng chẳng phải con ông cháu cha hay quen lớn gì với ông hiệu trưởng mà vì số đệ tử lớp Nhứt B của tôi năm rồi đậu vào trường công chiếm kỷ lục từ trước tới nay. Sở dĩ đạt được thành tích như vậy là nhờ tôi không hoặc chỉ áp dụng một phần rất nhỏ những gì học được từ trường Sư Phạm! Tôi dùng một phương pháp riêng do tôi sáng chế. Lúc đầu ông hiệu trưởng già không tin, tôi phải mời ông vô lớp ngồi chung với đám học trò nghe tôi giảng bài. Nhưng chính cái kết quả cuối năm mới chứng thực những điều tôi nói. Và ông hiệu trưởng tự cảm thấy thân với tôi và xưng hô với tôi một điều thầy hai điều thầy chớ không dám gọi bằng anh. Nhưng còn một điều khá lý thú và bí mật là ông hiệu trưởng già còn một cô con gái út tới tuổi cặp kê đang học trung học!

Một hôm lang thang bên ấy lúc ông hiệu trưởng bận đi vòng vòng đâu đó không có mặt ở văn phòng, tôi đang tò mò nhìn những lịch trình công tác, bảng phân công, những ngày đặc biệt phải nhớ... thì một cô gái mặc áo dài xanh da trời bước vô, xem có vẻ lính mới qua dáng điệu học trò của cô. Nếu tôi thiếu can đảm một chút thì có lẽ phải té xỉu! Sau khi lấy lại bình tĩnh, tôi đóng vai thùy mỵ gật đầu chào hỏi:

- Cô mới tới phải hôn?

Cô gái rụt rè trả lời:

- Thưa thầy Hiệu trưởng, tôi được lịnh bổ nhiệm về trường nầy....

Sẵn trớn tôi mạo nhận Hiệu trưởng luôn và không để cô nói hết, tôi cười cướp lời:

- Tôi đã được biết là cô sẽ về đây mà!

Tôi úp mở chớ không dại gì hỏi tên cho bị hố. Và phút giây chờ đợi đã tới: Cô trình sự vụ lệnh cho tôi. Tôi làm bộ địa sơ qua tên tuổi, định hỏi vài câu chuyện xã giao như mình là hiệu trưởng thiệt, nhưng không còn kịp nữa rồi, ông Hiệu trưởng đã trở lại và tôi trao sự vụ lệnh cho ông ta, rồi trước khi chuồn thẳng làm cô giáo mới ngỡ ngàng, tôi giới thiệu nói gỡ gạc:

- Đây thầy Huy, Hiệu trưởng, và cô Hạnh mới về trình diện.

Tôi bần thần trở về lớp, lòng miên man suy nghĩ mà không biết là đám học trò đã làm bài xong từ lúc nào, cứ nhìn ra ngoài cửa. Cô giáo mới sao mặc áo dài xanh da trời của nữ sinh? Mới nhìn thoáng qua biết ngay là cô có bùa hoặc thôi miên! Trước nay tôi không bao giờ tin ba cái chuyện bậy bạ nhảm nhí đó. Không còn tâm trí để chấm bài, tôi bèn đì lũ học trò thêm hai bài toán nữa, còn ra lịnh thừa là đứa nào "xong mang lên nộp và nhớ để úp xuống nghe!" Tức một điều là sao hôm nay học trò thông minh quá: cái gì cũng làm được mà lại làm mau nữa. Nghĩ bao nhiêu đó cũng chưa ngốn hết thì giờ của chúng, tôi bèn hành thêm là bắt ôn bài sử địa sẽ cho bài kiểm.

Đang đi tới đi lui ra cái điều một thầy giáo tận tâm, tự nhiên tôi vụt bỏ chạy ra cửa làm lũ học trò ngơ ngác. Tôi la lớn như ở chỗ không người:

- Cô Hạnh, cô Hạnh!

Cô giáo quay lại cười:

- Chào thầy Hiệu trưởng, em về!

Tự nhiên tôi bối rối, không biết phải phản ứng làm sao đây! Khi tôi hoàn hồn trở lại thì cô giáo đã thong thả từng bước từng bước thầm đi ra tới cột cờ rồi. Và tôi còn đứng đấy nhìn theo cho tới khi bóng cô khuất dần sau hàng rào keo màu đất đỏ phía trước.

Hàng cây phượng vỹ sân trường đã bắt đầu

rụng lá theo những cơn gió nhẹ nhường chỗ cho mùa hoa mới nhú. Từ khung cửa các lớp học đều xuất hiện các thầy cô giáo lắm chuyện. Có nghĩa là một biến cố lớn đã xảy ra, sẽ gây xôn xao dư luận hơn cả cú đảo chánh Tổng thống Ngô Đình Diệm một vài năm về trước!

Suốt ngày hôm sau tôi cố ý đi vòng vòng để xem cô giáo mới dạy ở lớp nào mà cũng không thấy. Trưa thứ Bảy trước khi nghỉ cuối tuần tôi bèn gặp thầy Hiệu trưởng để điều tra cho ra lẽ. Mới gặp tôi, ông Hiệu trưởng hỏi ngay:

- Thầy kết cô giáo mới hả?

Tôi cười giả lả xin lỗi ông và phân bua là sẵn cô Hạnh tưởng tôi là hiệu trưởng tôi bèn mạo nhận luôn cho qua chuyện vậy mà. Mới gặp lần đầu có gì mà kết với không kết! Tôi khơi chuyện bằng một câu vô nghĩa:

- Cô dạy lớp nào mà không thấy?

- Lớp nào thì thầy đã biết còn hỏi! Thứ Hai cô Hạnh mới trở lại. Tôi cho cô nghỉ mấy ngày để sắp xếp nơi ăn chốn ở.

Tôi hào hứng ra mặt:

- Tôi volontaire công tác thiện nguyện!

Thầy Hiệu trưởng cười:

- Chắc chưa tới lượt thầy!

Tôi buồn năm phút! Nếu hỏi thêm nữa e rằng bể. Tôi đoán cô giáo mới mới bổ nhiệm về một trường khỉ ho cò gáy nầy thì nhứt định phải qua tay các ma cũ, ý tôi muốn nói là các cô giáo đàn chị! Trường có tất cả mười thầy cô giáo và ông Hiệu trưởng nữa là mười một, chưa kể một người lao công già và một cô thơ ký mới nghỉ hộ sản tháng trước không có người thế vì cả trường chẳng ai biết đánh máy. Số phận thầy Sáu An đã quyết định rồi, ông Hiệu trưởng chắc nay mai vì cũng đã tới tuổi gần đất xa trời. Thầy cô giáo thì thỉnh thoảng có người đi người đến, còn ông Hai lao công không biết đã làm từ lúc nào mà những sư huynh sư tỷ kỳ cựu bảo là lúc họ mới đổi về thì đã thấy có ông ta rồi, đến nỗi ổng có một căn nhà nhỏ và một hàng bánh bán cho học trò ở trong khuôn viên ngôi trường.

Đừng kể các thầy vì là đàn ông thanh niên thì không có gì đặc biệt đáng nói và các cô đáng mẹ đáng dì thuộc về thế hệ phụ huynh, chỉ có ba cô kể cả cô giáo mới là đề tài nóng bỏng được thảo luận sôi nổi trong giới các thầy. Trong đó hai cô cũ vì lớn tuổi hơn tôi cho nên họ coi tôi là đàn em út mà tôi vẫn ấm ức mãi về sau nầy. Vậy chỉ còn lại mỗi một mình cô Hạnh là nổi nhứt hiện nay và là điều tôi quan tâm nhất. Không một cái gì khác kể cả cha mẹ anh chị em làm tôi bận tâm! Nhưng cũng còn mấy thầy nữa độc thân vui tính trạc tuổi tôi. Xem ra thì thầy nào cũng kết cô giáo mới. Đây là một trận chiến đầy cam go và thử thách!

Tuần nầy tôi quyết định ở lại sau khi nhắn tin báo với gia đình là tôi bận công tác không về được. Sao lại có một người con gái mới gặp lần đầu mà như quen từ thời tiền kiếp? Cái nhìn của nàng như xoáy vào tâm can, khiến người xao xuyến? Không phải tương tư mà sao lại trằn trọc khó ngủ? Sáng sớm Chủ Nhật tôi ngồi ở quán cà-phê trước nhà nhìn thế nhơn ngoại mục, nếu nói không có ý định gặp lại người trong mộng thì quả dối lòng. Thị trấn Rạch Kiến nhỏ như cái lòng bàn tay, có bao nhiêu mỹ nhơn tới tuổi cặp kê và bao nhiêu cô giáo trẻ các thầy chẳng những có danh sách mà còn thuộc lòng từng tên.

Người ta đang bàn về một cô giáo mới xuất hiện, sẽ dạy lớp Nhứt C thay thầy Sáu An sắp về hưu. Tôi đồng ý cách người ta tả cô mi nhoon ẻo lả trông sạch nước cản lắm, nhưng nói cô thứ dữ thì tôi hoàn toàn phản đối bởi vì trông cô như học trò mới lớn, còn rụt rè e lệ, nhứt là khi cô mặc áo dài xanh làm liên tưởng tới nữ sanh trung học chào cờ ngày Thứ Hai.

Tưởng cũng nên tả sơ về cái quán cà-phê. Thực ra đây không phải là một cái quán cà-phê đúng nghĩa mà là cái sân lót gạch tàu của nhà tôi trọ bên trong hàng rào thiết kế theo lối xưa có lẽ từ thời Pháp. Giữa những cây cột xây là hàng song sắt cũ mới sơn màu dầu hắc, cho nên thật là tiện cho những anh chàng rảnh việc ngồi hàng giờ nhìn ông đi qua bà đi lại. Tôi mua đứt cái bàn ngay góc vì có chỗ dựa; những lúc vắng khách tôi có thể tự nhiên gác chân lên bàn dựa ngửa hút thuốc đọc sách - tự nhiên như người Hà Nội. Người chủ quán không ai khác hơn là con của bà chủ nhà trọ thuộc gia đình vọng tộc sa sút. Và cô bé Giang con của chị chủ quán, thuộc hàng hậu bối đang học lớp Đệ Tứ trường trung học Cần Giuộc, thỉnh thoảng có nhờ thầy giảng bài, nhưng cô chỉ kêu tôi bằng anh chớ không gọi bằng thầy.

Tụi bạn nói là tôi thông minh vì vào thời gian nầy hệ thống ngân hàng chưa phát triển mấy mà tôi lại biết mở một trương mục mỗi tháng trả một lần như xài thẻ tín dụng cho nên chuyện tiền còn hay hết và việc uống cà-phê một ngày bao nhiêu cữ không cần phải lo nghĩ gì cả. Nhưng cũng có lần tôi muốn đứng tim khi nhìn cái bill dầy quá. Các thầy trời đánh vào những ngày cuối tháng hay tìm tôi uống cà-phê, bảo "mầy có trương mục ngân hàng ở đây mà!" Lũ thầy giáo độc thân chúng tôi tới không cần gọi và đi cũng chẳng cần báo cáo. Cô bé *teller* cứ tự nhiên bưng cà-phê ra rồi ghi vào trương mục của tôi. Từ hai năm nay chuyện tôi tử thủ tại góc chợ trở thành cái lệ. Bạn bè muốn kiếm tôi thì từ đàng xa có thể đoán biết được là tôi có ở nhà hay không.

Trừ phi ở trọ phía bên kia Tân Trạch, giả dụ như cô Hạnh ở bên nầy nghĩa là từ mặt chợ đổ về hướng bót Long Hòa ra tới ngoài ngã tư Rạch Kiến xuống Chợ Trạm hoặc Cầu Đồn, mà nếu cô đã đi chợ, thì tôi chắc chắn rằng cô không thoát khỏi màn ảnh radar của tôi. Tôi ước tính tình hình là bắt buộc Hạnh phải có liên quan với ít nhứt một trong hai cô giáo trẻ trong buổi ban đầu hướng dẫn cho quen với sanh hoạt địa phương. Và vì những ngày đầu cần sắp xếp nơi ăn chốn ở nên cô phải ở lại chớ không thể nào về quê. Trường hợp cô có thân nhơn ở đây thì đó lại là một chuyện khác.

Thường ngày khi không có mục gì đặc biệt tôi ngồi xoay mặt vào trong để nhìn cô bé teller ngân hàng ngây thơ nhí nhảnh, thỉnh thoảng đấu vài câu tào lao không đầu không đuôi. Trong mắt tôi, cô Giang lúc nào cũng là con nít dù đã thấy lằn dây trong áo mỏng. Cuối năm nay cô phải xuống tận thị xã Tân An thi Trung Học Đệ Nhứt Cấp, và nếu đủ tuổi có thể xin đi dạy học hoặc làm thơ ký cho nhà trường hoặc hội đồng xã. Cũng đã thấy mấy người trong số các thầy ở đây và một số cậu trai dòm ngó cô nàng rồi đó. Có lúc tôi gợi ý:

- Em thấy thầy Long thế nào?

Không do dự, cô nói ngay:

- Cũng tốt.

- Cũng tốt là sao?

- Nghĩa là tạm tốt tạm được, chưa số một. Anh Long bình thường thì được nhưng khi uống rượu thì không kềm chế được.

Tôi tối mắt hốt hoảng như thình lình mất mát một cái gì:

- Thầy Long đã làm chuyện gì?

- Nói lảm nhảm.

Nghĩ chắc thầy Long không đến nỗi tệ, tôi yên lòng:

- Chớ không phải...

- Không. Không phải bậy bạ chuyện kia đâu!

Tôi cười ngây thơ:

- Chuyện kia là chuyện gì?

Cô cũng cười:

- Anh đừng giả nai!

Thấy cô em có vẻ không kết thầy Long, tôi chuyển hướng sang một thầy khác:

- Còn thầy Hoàng?

- Cũng same same. Mỗi người một tật. Anh Hoàng thì như con gái không ra vẻ đàn ông.

- Vậy theo em ai mới số một?

Má cô ửng hồng như những sợi nắng ban mai xuyên qua tấm liếp che. Đôi mắt long lanh mơ màng, cô cười không trả lời câu hỏi. Có lúc tôi vô tình nói một cách rất sỗ sàng và vô duyên:

- Sao em còn nhỏ quá vậy?

Cô phản pháo liền:

- Theo anh thì sao mới gọi là lớn?

Với một niềm tự tin, cô nhìn xuống người xong nhìn vào hướng cửa như coi chừng có mẹ ở đây không, cô cười hớn hở:

- Năm nay em cũng mười sáu chớ đâu còn nhỏ nữa!

Tự nhiên tôi buột miệng:

- Vẫn còn là cháu biện lý.

- Là sao?

Tiếng lóng tôi học ở Sài gòn không giải thích cho cô hiểu được. Các thầy nói đụng vào phải gỡ năm bảy cuốn là ít! Vẫn còn thắc mắc, một lát sau cô hỏi nữa:

- Là sao, anh?

Tôi trả lời đại:

- Là còn nhỏ đó mà.

Cô trách:

- Anh thì lúc nào cũng vậy!

Để tránh cặp mắt dò xét và trách móc của Giang, tôi nhìn qua phía bên kia đường. Chợ thưa dần. Các cửa hàng bắt đầu căng tấm bạt che ánh nắng lên cao. Bên trong tiệm thuốc tây thấp thoáng một tà áo lọt. Quả là vóc dáng hơi quen quen. Cô Giang nhạy cảm cũng nhìn sang. Thôi đúng rồi: là nàng!

Trước khi tôi kịp bước đi, Giang hỏi:

- Anh quen hả? Cô giáo mới mà!

Tôi trả lời cho qua chuyện:

- Ờ quen.

Không đợi tôi bước vào, cô Hạnh từ trong cửa nói vọng ra:

- Chào thầy Hiệu trưởng.

Tôi cười giả lả:

- Bộ tướng tôi giống Hiệu trưởng lắm sao?

Cô tự nhiên:

- Mới gặp thì thấy gồ ghề, nhưng sau khi ông Hiệu trưởng thiệt bước vô thì...

-... như gà nuốt dây thun phải hôn?

Tôi khai thác:

- Cô biết tôi mạo nhận hôn?

- Lúc đầu thì tôi rất ngạc nhiên sao ông Hiệu trưởng còn nhí quá vậy. Tôi đoán anh chỉ trước tôi vài lớp. Không lẽ mới ra trường mấy năm mà đã thăng quan tiến chức lên tới hiệu trưởng?

Tôi chống chế:

- Biết đâu tuổi trẻ tài cao? Hơn nữa, không chó bắt mèo...

Tôi kịp dừng lại vì biết mình sắp nói bậy. Cô cũng cười xong bảo là cô đã thấy tôi ngồi ở đó hồi chiều hôm qua và từ sáng tới giờ, đợi chờ ai mà có vẻ lo ra. Tôi nghĩ thôi chết rồi: đi trinh sát mà cái kiểu địch thấy ta mà ta không thấy địch thì chỉ có nước đi chầu diêm vương sớm! Tôi hỏi sao cô không gọi thì cô trả lời mập mờ:

- Thôi không dám làm phiền người ta!

Tôi bèn dùng phương pháp lý luận nhập môn để phân tích từ ngữ "người ta" cô dùng. Nếu chỉ Giang thì cô cũng đã có nghe tin đồn bậy bạ nầy kia kia nọ; "người ta" mà là tôi thì sao cô lại thân mật vậy? Tôi cố hiểu méo mó là cá đã cắn câu. Nhưng hóa ra người chị bà con của cô trong nhà thuốc tây đã mật báo tất cả mọi chuyện và cô đã nắm vững tình hình và tương quan lực lượng của địch bạn ở đây. Những kỷ niệm về ngôi trường dạy làm nghề gõ đầu trẻ, những thầy cô mới về, những thầy đi nhập ngũ, những cải cách trong lề lối làm việc, và cả những kỳ cục trong vấn đề phân phát nhu yếu phẩm được kể huyên thiên trong câu chuyện giữa hai người đồng môn; đám con nít vây quanh đứng dòm như chuyện lạ bốn phương. Bà chị họ lâu lâu cũng pha trò vài câu khiến cho bầu không khí thêm thân mật và tự nhiên như quen nhau tự thuở nào. Càng nói chuyện, cô càng tỏ ra là một phụ nữ duyên dáng hoạt bát, và dễ... dễ... yêu! Sau nầy khi tôi hãnh diện và hào hứng kể chuyện rằng cá đã cắn câu thì các thầy nói: "Dễ yêu chớ không phải yêu dễ!"

Còn đúng một tháng nữa là bãi trường, tôi được lịnh tổ chức và làm xướng ngôn viên cho buổi lễ phát phần thưởng cuối năm. Tôi muốn kéo Hạnh vào cuộc để có nhiều cơ hội làm việc chung đặng gần gũi nhau, bèn viết một vở kịch vui ngắn nhờ Hạnh làm đạo diễn tập dợt cho các nghệ sĩ tí hon mới bước vào nghề. Khi tất cả hàng phượng vỹ sân trường nở rộ đều thì đúng là lúc những cuốn lưu bút ngày xanh chuyền tay nhau ghi kỷ niệm học trò trước khi chia tay ai về nhà nấy thì tôi cũng ngập ngừng trao cho nàng một bức thơ tình nắn nót viết từ đêm hôm trước.

Sau buổi lễ phát phần thưởng cũng có nghĩa là ngày chia tay đã tới hình như không mấy ảnh hưởng đến những kẻ vô tình. Nhưng tôi chỉ muốn thời gian ngừng trôi để sống trọn vẹn với những cảm giác sôi nổi nhưng dịu êm của mùa phượng vỹ. Trước khi chia tay Hạnh vẫn vui vẻ hồi âm bằng một bức thơ ngắn gọn trong đó nàng vẫn đùa cái chuyện tôi mạo nhận hiệu trưởng:

"Thưa thầy Hiệu trưởng! Xin hãy giữ mãi một tình bạn đẹp. Hạnh đã có gia đình. Chúc anh một mùa hè trọn vẹn với người ta! Hạnh."

Tôi lững thững trở về nhà trọ thì các thầy hắc ám đã ngồi ở chỗ điểm hẹn chờ tôi tự bao giờ, còn hát chọc quê: "Tôi đưa em sang sông. Chiều xưa mưa rơi âm thầm..." Lườm mấy thầy một cái, tôi đi thẳng vô phòng không cần thấy ai chung quanh.

Chưa kịp cởi giày, tôi chụp bức thơ trên bàn đọc liền. Là bức thư của cô bé *teller* ngân hàng. Sau khi đọc lại một lần nữa, tôi trở ra với mấy thằng bạn quỷ sứ. Vừa ngồi xuống nhìn trở lại quầy thì cà-phê cũng vừa tới, tôi nhìn bé Giang rồi dõng dạc tuyên cáo với quốc dân đồng bào:

- Có ở tù chung thân cũng được, cứ gì năm bảy năm!

■ nhuận sắc *240612*

7

SUÝT LÀM CÁCH MẠNG

Đình chiến được chừng năm năm cho dân miền Nam yên ổn làm ăn thì giặc về. Tự nhiên vào một buổi sáng không ngờ, thằng Năng thức dậy đi ra đồng thấy truyền đơn in bằng thạch bản lem luốc ướt đẫm sương đêm ở ngã ba đầu ngõ, cạnh vườn xoài. Dáo dác ngó trước ngó sau, nó lượm lên coi thì chữ còn chữ mất, nhưng khi hiểu được thì hết hồn hết vía! Truyền đơn hàng trên viết rằng "đã đão Ngô Đình Diệm" và hàng dưới "ũng hộ Hồ Chí Ming muôn năn!"

Thằng Năng nhờ đi học biết được ông Ngô Đình Diệm là tổng thống miền Nam qua một cuộc trưng cầu dân ý, còn Hồ Chí Minh là chủ tịch miền Bắc, người nghe đồn đã đọc bản tuyên ngôn độc lập trước nhà hát lớn Hà Nội năm 1945. Cách mạng đã báo sự hiện hữu của mình. Lòng mừng khấp khởi, thằng Năng cầm tờ truyền đơn mang về nhà khoe gia đình:

- Ba xem cái nầy hây lắm!

Bác Chín liếc sơ rồi nghiêm mặt:

- Đem đốt đi, kẻo ở tù bây giờ!

Thằng Năng mất hứng làm thinh nhưng lòng không phục, thầm nghĩ ông già đã không nhiệt tình với cách mạng lại còn nhát như thỏ đế. Còn đám nhỏ khác chỉ nghe tên Tổng thống Ngô Đình Diệm chớ chẳng biết Hồ Chí Minh là thằng nào. Nhưng điều người ta hằng mong đợi đã xảy ra, dù có trễ vài năm. Cách mạng đã hứa hẹn sẽ trở về giải phóng miền Nam.

Và trước khi đi tập kết, cán bộ cách mạng đã gieo giống khắp vùng đồng quê miền Nam, xem chừng có kết quả. Nhưng chưa thấy tác giả của những bào thai cha-vô-danh trở lại. Các bà mẹ chiến sĩ và vợ chiến sĩ mừng ra mặt. Những cô thanh nữ, trong các buổi văn nghệ thời gian trước tập kết, quá khích động qua mấy màn kịch cò mồi, đã biểu lộ lòng yêu nước nồng nhiệt ủng hộ cách mạng bằng cách hy sanh cuộc đời son trẻ lấy chồng thương binh mang về nuôi thì có vẻ buồn. Chồng người ta sẽ là người hùng hồi kết, còn cục nợ của mình, "Ôi thôi, chán chết! Chẳng nên cơm cháo gì!"

Hình như cuộc sống của nông dân trong xóm bắt đầu có cái gì không bình thường. Tự nhiên dân chúng được chia ra làm ba thành phần. Gia đình cách mạng nổi bật lên trong những buổi hội họp. Họ nhiệt tình phát biểu ý kiến, tranh luận, và cãi lộn ỏm tỏi trong khi dân thường thì cẩn thận và nói năng dè dặt hơn. Những người phó thường dân Nam bộ thì lép vế thấy rõ. Họ được động viên kêu gọi con em trở về với nhơn dân và đóng đảm phụ quốc phòng nhiều hơn để nuôi quân kháng chiến. Chánh sách đặc biệt quan tâm tới họ nhiều để nhận diện thành phần không nhiệt tình với - thậm chí chống đối - cách mạng.

Trong khi người lớn mơ hồ linh cảm cuộc sống rồi đây sẽ vất vả vì một cổ đôi ba tròng thì đám con nít vô tư khoái chí vì có dịp đi coi văn nghệ văn gừng và phá phách làng xóm chơi. Tụi lớn hơn một chút dần dần thoát khỏi sự kiểm soát của gia đình, do đó dễ đi ngang về tắt. Trong gia đình thằng Năng, cha mẹ và những người lớn hay thì thầm to nhỏ. Có lần tình cờ thằng Năng nghe mẹ nói với ông già:

- Họ bắt đầu rục rịch....

Bác Chín nhìn bác gái rồi nhìn ra khoảng mênh mông ngoài cánh đồng. Thằng Năng chưa đủ khôn ngoan để đoán được bác đang nghĩ gì. Năm năm từ vùng đất hoang hồi đình chiến, vợ chồng bác cùng hai đứa con gái lớn vỡ thành đồng ruộng mầu mỡ như bây giờ. Lại phải bỏ chạy nữa sao? Một lát bác thở dài kết luận vào hư vô:

- Khổ tới nơi rồi đó!

Lúc nầy, thằng Năng chỉ mới mười lăm tuổi đang học lớp Đệ Lục trường quận, sau nầy theo hệ cấp mười hai năm thì gọi là lớp Bảy. Vào tuổi nầy đáng lý ra nó phải học lớp Đệ Tứ mới đúng. Vì thằng Năng đẻ trong bưng, khi làm thế vì khai sanh cho nó đi học, bác Chín lại khai sụt mất một tuổi đặng cho nó có rộng rãi thời gian nếu thi tuyển vô Đệ Thất trường công lập bị lọt sổ. Lại nữa, nó hơi lận đận về đường công danh sự nghiệp, chỉ hơn Bùi Kiệm được một mức. Nhưng nó không màng rằng nó bị lỗ tới những hai năm.

Nó không biết rằng nó may mắn hơn đám nhỏ khác nhờ ông già nó hơi cấp tiến một chút. Bác Chín nghĩ đời mình lỡ dỡ không níu lại được, thua thiệt đủ điều từ đàng ngoài cho tới đàng trong. Bác muốn quên quá khứ để phần còn lại của cuộc đời hoàng hôn rán lo cho các con, nhứt là thằng con trai. Bác gái lại mù chữ, suốt năm chỉ quanh quẩn với bầy gà và đàn vịt cùng mấy con heo léo nhéo trong chuồng. Chẳng những vậy, mùa lúa bác gái phải phụ bác trai chuyện đồng áng. Thấy bác gái cực khổ quá, ông an ủi:

- Thôi thì có một thằng con trai phải rán lo cho nó ăn học. Hy vọng đời sau có khá hơn không!

Nhưng nhìn thằng con trai lớn như thổi thì hai bác lại lo. Vì hình như thằng Năng đã muốn mọc râu và lông nách rồi. Bắt đầu bể tiếng, nhìn đám lông măng có sợi đen ở hai bắp chuối, nó đã thấy tự tin rằng mình gần trở thành người lớn. Ngó con gái, đôi mắt cũng hơi chớp chớp rồi, nhưng thật sự chưa biết đá lông nheo ra làm sao và bắt đầu từ đâu! Ngắm cái cổ trắng muốt, đôi má hồng hồng, ngực nhuốm vú cau chỉ muốn cắn một cái cho đã! Lòng đã hồi hộp mơ màng tuyển lựa trong đám con gái trong trường đặng chấm đứa nào được nhứt!

Năm học đầu tiên, trường chỉ mở có hai lớp Đệ Thất, mà con trai lại nhiều hơn con gái. Thơ ký nhà trường xem hồ sơ quờ quạng thế nào lại sắp thằng Năng vào lớp các tiểu thơ. Sau đó Ban Giám Học lôi cổ ba thằng "hơi cứng" - chắc tuổi già - trong số chín em qua lớp mày râu. Dĩ nhiên chơi với đám con gái dù gì cũng thích hơn đám con trai. Con nhà yểu điệu thục nữ mềm mỏng dịu hiền, chỉ mắc cái bịnh cóc-ổi-xoài-chùm ruột..., cùng lắm cũng chỉ ngồi lê đôi mách vô hại. Còn tụi con trai toàn chơi những trò bạo phổi, không khéo lại có đánh lộn. Đối với thằng Năng, đó là điều "đáng tiếc" nhứt vào những ngày đầu khi trường Trung học công lập Cần Đước mới mở.

Trường học cách nhà mười lăm cây số gồm mười một cây số đường lộ và bốn kí lô mét đường đồng. Năm đầu thằng Năng còn đi chiếc xe đạp cuộc phế thải do một người anh cô-cậu con của ông Hương giáo Được cho. Học buổi chiều mà mới chín mười giờ sáng nó đã phóng ra khỏi nhà. Trên đường đi lại tạt ngang hú hí với đám bạn bè nên vô lớp lúc nào cũng muốn... trễ! Buổi chiều thì tối mò mới vác xác về.

Hơn những người phụ nữ làm mẹ khác, thấy thằng Năng "tội" quá, bác Chín gái cầm lòng không được. Và tới mùa mưa năm sau nữa thì bà bèn kiếm chỗ cho nó ở trọ chung với một đám học trò tứ phương mà lúc đầu không ai dám nghĩ là quỷ sứ! Không được người lớn giám sát, mấy ông con quậy hết biết! Café, thuốc lá, và văn nghệ văn gừng cũng bắt đầu từ đây! Nhiều lúc thằng Năng nghĩ hình như mẹ nó giao trứng cho ác!

Chiều thứ bảy cuối tuần mới được về nhà nhận tiếp tế. Tưởng thằng Năng thức khuya dậy sớm học hành và ăn uống thiếu thốn nên te tưa hốc hác, bác Chín gái rơm rớm nước mắt:

- Tội nghiệp con ăn uống cực khổ!

Thằng Năng cũng còn tự cảm thấy mắc cở, giả lả nói:

- Thay phiên nhau nấu nướng vậy cũng vui chớ đâu có cực khổ gì, má!

Rồi nó nghĩ thương mẹ qua câu nói:

- Nếu má có tiền sẽ cho con ở trọ ăn cơm tháng. Dồn hết thì giờ cho việc học hành.

Chị Bảy khuyến khích:

- Rán học làm ông nầy bà nọ với người ta!

Bên ngoại nhà quê ít học đã đành, còn phía bên bác Chín trai dù gì cũng có chút vai vế trong xã hội. Ông nội của thằng Năng đã từng làm tới ông đốc, không phải đốc-tờ là bác sĩ mà là hiệu trưởng trường Tiểu học Cần Giuộc từ những ngày đầu mới mở. Mẹ của thằng Năng từ làng Tân Tập về làm dâu nhà nầy từ lúc mới 16 tuổi. Suốt cuộc đời bà quanh quẩn ở nhà và tận tụy với chồng con. Đặc biệt bà rất kính trọng ông đốc Các, thầy của hai ba thế hệ nối tiếp nhau. Cho nên bác gái hy vọng:

- Má muốn con học cho giỏi đặng mai mốt ra dạy thầy giáo làm nở mày nở mặt cho dòng họ.

Cần chi tới làm thầy giáo! Trong xóm đốt đuốc đi tìm đỏ con mắt chưa chắc kiếm được một người biết đọc thơ. Mấy năm trước trong ấp có lớp Bình Dân Học Vụ nhưng khi thầy về thì chữ cũng theo thầy. Thảng hoặc có người đọc được nhưng phải đánh vần văng nước miếng tùm lum nên bà con không hiểu kịp. Chỉ có một mình Năng hay chữ nên một hôm anh Sáu hỏi:

- Mày dạy học được hôn?

Năng ngần ngừ trả lời:

- Kèm thì may ra được chớ làm sao dám dạy!

- Ừ thì kèm. Kèm là sao?

- Cũng như dạy nhưng không chánh thức dạy. Như "kèm trẻ tại tư gia" là học trò lớn con nhà nghèo tới tận nhà dạy phụ thêm môn nào tụi nhỏ yếu, như kèm toán, kèm Việt văn....

Anh Sáu thật sự mơ hồ về câu nói "dạy nhưng không chánh thức dạy" của thằng Năng. Nếu là đảng viên kỳ cựu, hẳn anh Sáu phải liên tưởng tới thành ngữ "nói vậy chớ không phải vậy!" Hình như còn nghi ngờ khả năng của nó, một lát anh Sáu hỏi:

- Mầy làm toán cộng trừ nhơn chia được hết

phải hôn?

Thằng Năng cười ngạc nhiên:

- Giải tới phương trình đại số. Nói gì ba cái toán tiểu học đó!

- Phương trình là gì, đại số là cái gì?

- Là dùng chữ thay số.

- Không xài số sao làm toán được? Kỳ vậy?!

- Ừ thì kỳ! Mà khoa học bây giờ dùng nó.

Anh Sáu ù ù cạc cạc:

- Tao không hiểu.

Nó an ủi:

- Không hiểu cũng được. Không sao! Làm ruộng thì đâu cần ba cái thứ đó!

Anh Sáu làm thinh nhưng có vẻ nể thằng em vợ. Trước kia ảnh gọi thằng Năng bằng "cậu Tám," đôi khi gọi "em" nghe ngọt lịm, nhưng sau khi cưới chị nó rồi thì đổi cách xưng hô "mầy tao." Thằng Năng không cảm thấy bị xúc phạm mà còn nghe thân mật hơn, vì chính đám chạn tuổi cũng gọi nó bằng "thằng" còn được huống hồ gì.

Bù lại cái tội gọi thằng Năng bằng "mày tao," ảnh hay dắt nó đi cắm câu và đi soi cá ban đêm. Ngoài ra, ảnh còn dạy nghề võ cho nó nữa. Những trò nầy thằng con nít nào dám không ham! Đi với ông anh rể tài hoa, nó an tâm lắm không sợ một thằng nào, kể cả thằng Xỉnh là em ruột của anh Sáu. Suốt ngày thằng Năng cứ la cà theo mấy thằng chăn trâu lớn tuổi hơn đặng nghe nó kể chuyện tiếu lâm và tập cỡi trâu. Khi nó trở thành mục đồng chuyên nghiệp thì thằng Xỉnh lại hay bán cái:

- Mầy nhớ phải cẩn thận, không được để trâu ăn lúa của người ta, nghe hôn?

Thằng Năng được dịp chánh thức chăn trâu như mở cờ trong bụng, nhưng cũng làm bộ nói vói theo:

- Lẹ lẹ lên nghe ông nội!

Nhưng thằng Xỉnh lại lặn mất tiêu. Sau mấy tiếng đồng hồ, thằng Năng dắt trâu về trả thì gặp nó tụ tập với đám con nít đang tập hát hò những bài ca cách mạng: Giải Phóng Miền Nam, Kết Đoàn, Tiểu Đoàn 307.... Với kiến thức mỗi tuần một giờ nhạc lý học ông thầy Phan Văn Thạch mấy năm nay, thằng Năng nhận ra tụi nhỏ hát đâm hơi bá láp hết trơn. Và nó sớm nổi bật trong đám văn nghệ xóm vườn nầy cho nên được giao làm quản ca đám con nít.

Chỉ cách đồn bót chừng ba bốn cây số mà trong xóm thời gian nầy vui như chợ. Không khí giải phóng miền Nam hồ hởi phấn khởi làm nức lòng người tỏa lan đồng ruộng cho cây cỏ cũng vui lây. Sau mùa lúa, tụi thiếu niên dành toàn thời gian cho cách mạng. Con trai dùng súng giả bằng gỗ do ông Sáu Tứ thợ mộc đẽo tập trận y chang như hồi còn con nít mười năm về trước, những muốn trở thành chiến sĩ du kích lập công dâng đảng, đảng Lao Động Việt Nam. Con gái mong làm cháu ngoan bác hồ, để mai mốt lớn lên làm nữ cán bộ hiến thân cho bác. Đó cũng là một cách hy sanh cho cách mạng. Tự nguyện với lòng rằng trong cuộc đời nếu không gặp được bác hồ thì chết không yên tâm nhắm mắt!

Nhưng đừng nói chuyện xa xôi, cụ thể nhứt là tập hát tập hò vang cả xóm. Ác một điều là tụi con gái mới hai năm trước còn mũi dãi lòng thòng bận quần xà lỏn mà bây giờ đây thoát xác đẹp hẳn ra. Và thằng Năng tự nhiên thấy mình thành người lớn. Bác Chín ngày càng lo cho thằng con nhiệt tình cách mạng. Nó đi làm công tác gì cũng đi một mình, vì anh Sáu bận công tác liên miên, nhứt là sau ngày thành lập Mặt Trận. Thuộc nòi cách mạng có cha và anh hy sanh trong cuộc chiến mùa thu, anh rể của thằng Năng là dân hồi cư. Sau nầy nó mới biết là do cách mạng gài lại để khi được lịnh thì đồng khởi. Anh Sáu tướng tá ngon con, tánh tình cởi mở, nói năng hoạt bát, lại xăng xái vác ngà voi nên ai cũng thích.

Chị Sáu của thằng Năng kén chọn mãi rồi cuối cùng cũng không thoát khỏi bàn tay của tên cán bộ lão luyện nầy. Trong liên xã Long Hòa - Phước Vân đâu phải hiếm con gái nhưng ảnh chê các chị ấy không giỏi giang và hiếu thảo. Hồi còn ở Long Thượng, trong khi đám nhỏ tụi Năng còn ăn chơi, con gái nhảy dây, con trai bắn bi đánh đáo, chị Sáu chuyên môn chở hàng lên Chợ Lớn bán. Hết hàng nhà thì chị mua hàng bông rồi bỏ mối cho chủ vựa.

Nhan sắc của chị chỉ trên trung bình một chút, nhưng bù lại được cái tánh tình hoạt bát và vui vẻ. Đàn ông con trai được chị phán cho một câu thì ngủ mớ ban ngày! Các bà may mối nói chị được vậy là nhờ có duyên. Cha mẹ của thằng Năng thường than nhà tiếp khách không mời hoài cũng phát mệt, vì nhà cửa lúc nào cũng phải quét dọn gọn gàng tươm tất, "kẻo người ta khi dể."

Gia đình thằng Năng có vẻ chịu anh Hai Minh chủ xe đò Hưng Long - Chợ Lớn nhưng chị Sáu chê bà mẹ của anh Hai khó tánh quá "ai mà ở cho được" vì chị biết bà xã của anh Hai vì không chịu được cảnh mẹ chồng nàng dâu bèn cuốn gói trở về ở với cha mẹ ruột. Chị Hai Minh nói chỉ còn thương anh Hai, nếu sau khi bà mẹ qua đời mà ảnh còn ở vậy và nếu ảnh còn thương chỉ thì sẽ tái hồi kim trọng!

Trong đám theo gù chị Sáu, còn có anh Tư Bốn là chủ nhà máy xay lúa ở ngay dốc cầu Tân Quí, chính đám nhỏ tụi Năng nhìn cũng đã phát ghét huống hồ người lớn. Chị Sáu chê anh ta nham nhở không có tư cách, "Người gì đâu mà ăn nói sỗ sàng!" Chị Sáu ở vậy giữa đàn bướm vô danh tiểu tốt cho tới khi gia đình thằng Năng bỏ xứ dời về lập nghiệp ở ấp Phước Hưng, xã Long Hòa, thuộc quận Cần Đước.

Cũng nhờ một bàn tay của chị Sáu, sau ngày

về đây lập nghiệp chừng năm sáu năm, gia đình bác Chín đã có cơ ngơi đàng hoàng rồi: cũng vườn tược ruộng nương, cũng nhà ngói sân gạch, cũng... đủ thứ như người ta, nhưng thằng Năng không thích mấy. Hầu như nó chẳng giúp gì cho gia đình, nhưng hồi đó nó có cảm tưởng mình làm công lên chuyện xuống dữ lắm. Theo nội qui của gia đình thì tối phải đốt nhang cắm ít nhứt năm chỗ: Bàn thờ Ông Bà, Bà Mẹ Sanh Mẹ Độ, Ông Thổ Thần, trang thờ Cao Đài, và Bàn Thiên. Sáng ngủ dậy phải xếp gọn gàng mền mùng chiếu gối để trên giường trong buồng phía bên nhà dưới. Xong dùng ba cây chổi lông gà khác nhau theo thứ tự quét bàn thờ, bàn giữa và ghế trường kỷ, và hai bộ ván ngựa. Ngày nào cũng quét mà bụi lúc nào cũng có, sao không để một tuần hẳn lo! Mẹ Năng bảo:

- Không quét để bụi ngập đầu à?

Có khi mẹ Năng còn lý luận vững vàng khiến nó cũng ú ớ:

- Vậy sao ngày nào bây cũng tắm?

Mẹ thằng Năng thì dậy sớm nấu nước sôi pha trà cho ông già. Xong tuần trà và vài ba điếu thuốc rê Gò Vấp, bác Chín xách dụng cụ ra đồng hoặc ra vườn. Thậm chí những hôm không đi làm, ông bà cũng cứ tới giờ ấy là phải thức dậy, như một qui luật, như một thói quen. Nhỏ như thằng Năng không tự giác mà phải đợi mẹ gọi năm lần bảy lượt. Con trai ngủ nướng thường ít bị la, có khi còn châm chế. Trái lại, con gái phải vô khuôn phép Tam tùng Tứ đức. Chị nào tới mười hai tuổi cũng phải nghe câu thiệu "Con hư tại mẹ":

- Về làm dâu nhà người ta mà tụi bây bê bối thì tao mang tiếng không biết dạy con.

Các chị Năng thì phải quét nhà, hàng hiên, và cái sân gạch đàng trước. Thỉnh thoảng thằng Năng bỗng siêng năng bất tử - ý hẳn nó muốn xin xỏ cái gì đó - cũng muốn giúp các chị phụ dọn cơm rửa chén, nhưng mẹ và các chị thường không cho:

- Không phải chuyện của mầy!

Vào thời buổi cả xóm không đứa nào học qua bậc tiểu học, bà Chín nuôi ăn học là muốn thằng Năng sẽ thi vô trường Sư Phạm đặng ra làm thầy giáo lãnh lương Bộ Quốc Gia Giáo Dục đàng hoàng. Thế nhưng nó vừa làm thầy giáo cách mạng ngày Chủ Nhật vừa làm học trò quốc gia trong tuần. Đến chiều ngày Thứ Sáu, nó đã chuẩn bị xong bài vở cho ngày hôm sau và thu xếp đồ đạc để xế chiều ngày Thứ Bảy là nó đã lù lù trước cửa.

Chuyện mở lớp học tại nhà, thằng Năng cũng phải "tranh đấu" muốn hết nước bọt. Từ ngày Mặt Trận hình thành tới giờ, bác Chín thường đăm chiêu. Dù đối với người ngoài, bác Chín không biểu lộ điều gì tiêu cực, nhưng dưới con mắt của thằng Năng thì ông già nó không nhiệt tình với cách mạng. Ông già ngại tụi nhỏ phá phách:

- Không khéo lại như nhà hoang!

Thằng Năng biện minh:

- Tụi nó có đoàn có đội đâu có gì mà sợ?

- Rồi tới cái màn kéo về hội họp văn nghệ văn gừng đầy nhà cả đêm làm sao mà chịu nổi!

Thằng Năng vẫn chưa chịu hiểu ý của ông, cho rằng ông ích kỷ. Cuối cùng thì ông già chịu thua, giả lả:

- Nhứt quỷ nhì ma thứ ba học trò!

Lớp học tổ chức ngay tại căn bìa sắp ghế đẩu cho đám học trò ngồi chung quanh bộ ván gõ. Phía bên trong là cái tủ kiếng đựng ly tách chén dĩa kiểu. Trên nóc tủ có thờ cái bài vị chữ Nho viết trên giấy hồng đơn. Học sanh đếm trên đầu ngón tay chưa hết, vỏn vẹn chín đứa; trình độ từ vỡ lòng tới ráp vần xuôi vần ngược. Dù học trò lèo tèo lưa thưa như vậy, nhưng thầy giáo đã mười sáu tuổi, học Đệ Ngũ công lập trường quận chớ đâu phải tay mơ! Hình như lúc nầy thầy đã là người lớn chăm sóc mấy cô học trò nhỏ. Chịu nhứt là con Vui. Nó nhỏ hơn thầy hai tuổi nhưng sao đã trổ mã con gái khiến thầy cũng phải xao xuyến tâm can, nhiều khi muốn ở tù!

Từ chỗ làm thầy giáo cách mạng dạy vỡ lòng cho con nít cách mạng, thằng Năng giác ngộ cách mạng, và muốn đi làm cách mạng! Sau khi Mặt Trận thành lập chừng một năm thì anh Sáu thoát ly luôn. Dù chưa vô đoàn vô đảng, thằng Năng hoạt động năng nổ chỉ muốn hiến thân cho cách mạng. Đám học gạo thì không biết gì về chánh trị chánh em; trong đầu chỉ lẩn quẩn hình tam giác, hình bình hành, và sin - cos..., trong đó có cả hình ảnh của đám con gái.

Tụi có lý tưởng thì - dĩ nhiên không loại trừ chuyện gái trai - không lo học chỉ muốn làm giặc, xây dựng một xã hội bình đẳng không còn cảnh người bóc lột người. Năm Đệ Ngũ, Võ Huệ Trân đột nhiên nghỉ học. Người nhà đánh tiếng cho mấy thằng khờ rằng hắn nghỉ ở nhà cưới vợ. Tới năm Đệ Tứ thì hai chú cháu Hồ Văn Mười và Hồ Việt Nam cũng nghỉ ở nhà "cưới vợ!" Thằng Năng càng nôn nóng muốn "cưới vợ" cho mau đến đổi làm bài thơ Thuở Em Sinh tuyên truyền cho cách mạng mặc dù ba của nó không bị Tây bêu đầu và nó không hề có đứa em gái nào cả! Nó còn lấy bút hiệu là Thương Việt Linh vừa lãng mạn vừa có chất lửa nữa! Bài thơ Thuở Em Sinh như dưới đây:

"Thuở em sinh

Quê hương bừng lửa đạn

Nhà mình nghèo

Mà ba đi chiến đấu miền xa

Chạy tản cư má mặc quần bao bố

Anh ở truồng áo rách bảy ba.

Mưa tháng Tám, đường đồng Long Đinh lầy lội

Đám dân đen chạy trốn tử thần

Trộm ngoái đàng sau khói ngút trời xanh

Tiếng thét la hòa lẫn tiếng xung phong

Trên đỉnh cao tung bay cờ giải phóng

Anh thơ ngây mà đã rộn trong lòng

Má run run miệng vái Phật trời

Em hoảng hồn nín khóc

Má gọi ba và nức nở em ơi!

Từ đêm đó, em lớn lên từng bước ngập ngừng

Má thiếu ăn nên em thiếu sữa hàng ngày

Và nhịn đói mặt xanh màu lá chuối.

Đêm kinh hoàng nhiều đêm tiếp nối

Ăn cám heo mà vẫn thấy no lòng

Ngủ kẹt bồ lúa đắp mền tả rách

Má hôn em mà nở được nụ cười.

Rồi cũng một chiều mưa rét mướt

Nghe tin ba...

Tây mổ bụng cắt đầu bêu dây kẽm

Màu đêm đen chợt dậy nét căm hờn

Anh nghe tiếng lòng quê hương giục giã

Vùng dậy lên đường."

Ngày *"Anh nghe tiếng lòng quê hương giục giã, Vùng dậy lên đường."* đã tới. Trong bữa cơm đoàn tụ gia đình hàng tuần chiều Thứ Bảy, thằng Năng nói lời gợi ý của anh bí thơ xã cho gia đình nghe. Nó tán lại bài bản suôn sẻ nghe còn hây hơn lời của anh bí thơ xã. Bác Chín hỏi:

- Thằng Hai Tròn còn nói gì nữa hôn?

- Ảnh nói cách mạng đang cần sức người sức của của toàn dân.

Bác Chín như nói bâng quơ:

- Cách mạng lúc nào mà không cần!

Một lát, ông để đôi đũa xuống mâm, chầm chầm nhìn thằng Năng:

- Mầy muốn thoát ly?

Nó quả quyết:

- Dạ! Cách mạng còn đang thiếu cán bộ.

Ba thằng Năng nhìn lên bàn thờ ông nội nó, suy nghĩ. Tự nhiên ông nói lạc đề:

- Mầy có biết má mầy đẻ mầy ở đâu hôn?

Thằng Năng làm thinh, bác Chín tiếp:

- Đẻ trong bưng...

Bấy giờ thằng Năng lại biết thêm một điều bí mật nữa về ông già:

-... lúc tao đang theo Việt minh.

Mẹ thằng Năng thường nghĩ mình dân đen thân phận thấp hèn, đâu biết chánh trị chánh em. Quốc gia hay Việt minh cầm quyền cũng được. Nhưng tiếc công nuôi nó ăn học bấy lâu nay, bà nhìn bác Chín xong nhìn thằng Năng, muốn câu giờ:

- Rán học có chút chữ nghĩa thì muốn làm gì cũng đỡ khổ. Có đi theo cách mạng cũng được làm cán bộ, khỏi phải ra chiến trường.

Thằng Năng hùng khí cách mạng dâng tràn:

- Không đóng góp công sức thì con áy náy lắm.

Bác Chín quyết định vắn tắt:

- Từ từ đã. Cách mạng là lâu dài chớ đâu phải một ngày một bữa!

Buổi tối, khi thằng Năng đi họp công tác về, bác Chín vẫn còn thức. Ông ngồi trầm ngâm ở ghế giữa nhìn lên bàn thờ có cái đèn bong bóng với một chấm sáng vàng hoe. Hình ảnh ông bà nội lập lòe trong khung cảnh nửa thực nửa hư. Hình như thằng Năng chưa sống trong cảnh nầy bao giờ. Lần đầu tiên trong đời nó nghĩ mình còn có tổ tiên. Trong lư hương, nhang vẫn còn cháy.

Thằng Năng biết ông già đã thức suốt và thắp nhang liên tục. Ông nhìn khói thuốc bay quanh ngọn đèn dầu leo lét. Khuôn mặt ông lúc nầy trông giống khuôn mặt bác Hồ quá! Khuôn mặt xương xương, ria mép, và râu chòm chỉ vài sợi bạc. Không hiểu sao có lần thằng Năng đã nói như vậy thì ông nổi khùng muốn tát tai nó. Bình thường, bác Chín được tiếng ít nói, hòa nhã, và nhún nhường. Cả những người cố cựu trong xóm vẫn thích và nể. Nhiều người hay tham khảo ý kiến của ông. Trong gia đình ông quyết định mọi việc nhưng chỉ chuyện liên quan tới cách mạng là bác nhường thằng Năng, vì nó là một thanh niên nhiệt tình yêu nước đã giác ngộ cách mạng!

Bác Chín hỏi:

- Mầy về đây một mình hay đi với đứa nào?

Sau khi thằng Năng trả lời, Bác Chín đứng dậy nhìn nó trước khi bước ra ngoài:

- Ngồi đây đợi tao một chút.

Thằng Năng làm như cái máy. Ông già bộ đi tiểu, vòng ra ngoài vườn, quan sát các góc kẹt một lát trở vô. Bất chợt ông dịu giọng:

- Lại đây ba nói chuyện nầy!

Cũng lần đầu tiên bác Chín thay đổi cách xưng hô với nó:

- Con tương đối lớn rồi, ba không giấu con nữa.

Nhìn ông già, tự nhiên thằng Năng cảm động và thấy khớp cơ. Trước nay nó vẫn xem thường ông già nhà quê khù khờ ít học. Bác Chín để tay lên vai nó:

- Chuyện ba sắp tiết lộ với con bữa nay, ba muốn con hứa với ba là sống để bụng chết mang theo...

Ông ngần ngừ:

- Trừ phi...

Qua thái độ thành khẩn và thân mật của ông già, bây giờ thằng Năng mới thấy hơi dạn một chút, lấp bấp tiếp lời:

- Trừ phi... gì ba?

- Trừ phi hết cách mạng, không còn cách mạng nữa! Bằng không thì chết cả đám!

Nó nghe lùng bùng lỗ tai, nhưng vẫn hứa. Bác Chín nhìn thằng Năng giây lát, mở đầu bằng một câu thăm dò:

- Bên Long Thượng gia đình mình đâu có đói khát. Con có biết tại sao đình chiến mà gia đình mình lại dời qua đây hôn?

Năng lại không nghĩ tới điều đó vì xem như một chuyện tự nhiên. Ở đâu cũng được. Chỗ nào rồi thì cũng có bạn chơi đùa. Chỗ nhà cũ, đám thằng Đạn thằng Thời con chú Tư Đắt; chỗ nhà mới thì thằng Vẻ anh con Vui, thằng Phước con bác Tư Kỉnh, thằng Bé Óc Tiêu.... Lúc đình chiến, thằng Năng cũng chỉ nhớ mang máng trong đầu óc non nớt của nó. Mọi người ăn mừng cách mạng thắng lợi nửa nước. Hai năm sau là giải phóng toàn quốc mang lại độc lập tự do hạnh phúc cho toàn dân!

Nhưng đối với ba thằng Năng, không tự nhiên chút nào. Ông đã ly khai Việt minh và giữ kín tông tích. Ông tự kiểm điểm cũng chưa có hành động nào "Việt gian" hay "phản động." Từ từ bác Chín lật mặt trái của tấm huy chương, tham vọng chánh trị dấy động cuộc chiến tranh không cần thiết. Có khi bác Chín trích đoạn nhiều bài thơ vô liêm sỉ mà cách mạng đã nhồi nhét vào đầu óc những người yêu nước đi kháng chiến như bài thơ để tang Lê-nin, cả bài thơ sách động giết người trong cải cách ruộng đất. Chưa bao giờ thằng Năng nhìn thấy ông già nó thẫn thờ đến như vậy. Ông nghẹn ngào rưng rưng, nhẹ nhàng lắc lắc đầu:

- Vượt quá mức gian ác bình thường. Thật không thể tưởng tượng được!

Thằng Năng chới với không ngờ ông già nhà quê dốt nát lại biết nhiều và "nói chánh trị" lưu loát như vậy! Nó mơ hồ nghĩ tới phong trào Nhân Văn - Giai Phẩm mà trước nay nó không tin. Và nội dung cuốn phim Chúng Tôi Muốn Sống có thể là thiệt! Nhớ lúc trước nó có hỏi anh Sáu nhưng ảnh cũng ấm ớ hội tề!

Sau ngày thành lập mặt trận thì không khí không còn hồ hởi phấn khởi nữa. Chánh quyền quốc gia đánh hơi biết được nên sau một thời gian ngắn thì anh Sáu vô bưng luôn. Mọi công tác bây giờ có vẻ cẩn thận và bí mật hơn. Cũng như những bà vợ cán bộ khác, công việc quan trọng nhứt của chị Sáu là ăn cơm quốc gia rán cày dành dụm tiền bạc mang vô bưng thăm nuôi chồng để đổi lấy vài ngày ân ái. Đó là sự đóng góp của cải và hy sanh tình cảm để chồng rảnh tay lo công tác cách mạng.

Sau khi chuẩn bị các cái như đồng hồ không vô nước, radio, võng ni-lông, quần áo, thuốc men thì thế nào chị Sáu cũng mất tích một thời gian. Ở tuổi mười lăm mười sáu mà thằng Năng cũng không hề biết là chị Sáu của nó vô bưng lấy giống con nít về đặng cuối năm sanh thằng con cách mạng thứ nhì.

Hồi đầu anh Sáu định đặt tên cho nó là Nguyễn Chí Minh nếu con trai, còn con gái thì Nguyễn Minh Khai. Nhưng lúc chị gần sanh, anh Sáu đổi ý. Chỉ một mình chị Sáu và bác Chín hiểu: Con trai tên Nguyễn Tự Do, còn con gái muốn đặt gì thì đặt như Lan, Huệ, hay Cúc gì cũng được. Sau khi sanh thằng nầy chừng nửa năm, chị Sáu lại bí mật vào khu. Khi trở về, chị Sáu kêu thằng Năng ra bờ ruộng, cũng dặn một câu y như của bác Chín:

- Mầy nhớ: Hở môi là họ giết cả gia đình nghe chưa?

Trả lời cho ý định thoát ly của thằng Năng, chị Sáu nói:

- Anh Sáu mầy biểu từ từ đã.

Và thằng Năng y lời là khoan thoát ly cho tới

một đêm.... Nó đang ngồi mơ màng ở bàn học chợt nghe tiếng mèo kêu meo meo xa xa ngoài vườn. Qua khung cửa sổ, ánh sáng vàng vọt của ngọn đèn đường hòa với ánh trăng mờ nhạt. Dưới tàn lá lung linh của cây mận già cạnh hàng rào gỗ, bác Chín đột nhiên xuất hiện như hồn ma hiện về, ra dấu cho thằng Năng ra ngoài. Nó nhìn quanh phòng xem có thằng bạn quỷ sứ nào biết không, rồi giả bộ đứng dậy vươn vai, hồi hộp bước ra sân. Bác Chín nói nho nhỏ vừa đủ nghe:

- Anh Sáu mầy về rồi!

Xế chiều, cả quận nhốn nháo về tin một huyện ủy Việt cộng hồi chánh. Nếu lúc trước, thằng Năng sẽ tức giận phán một câu theo bài bản. Bây giờ nó cũng tò mò theo đám bạn ra đứng phía trong hàng rào. Đoàn xe Jeep ba chiếc từ hướng Lộ Đỏ Tân Chánh chạy ra. Lúc đoàn xe quẹo cua tại ngã ba trước nhà trọ, nó nhận ra anh rể của nó mặt mày xanh mét trong bộ bà ba đen với cái khăn rằn quấn cổ, đang ngồi kế ông Quận trưởng.

Nó quả quyết:

- Con biết hồi chiều.

Bác Chín căn dặn:

- Mầy nhớ những gì tao nói hôm nọ hôn?

Thằng Năng ngoan ngoãn như cừu non:

- Dạ nhớ.

- Bây giờ thì mầy hiểu hết rồi!

Trước khi đi, bác Chín dúi vào tay nó một gói ni-lông nhỏ:

- Giữ lấy mà xài. Mầy ở đây luôn không được về nhà nữa nghe hôn?

Thằng Năng "dạ" trong bàng hoàng. Mọi việc diễn tiến nhanh quá, nó không kịp chuẩn bị hay phản ứng gì cả. Nó không biết bác Chín đi bằng gì tới chỗ nó trọ học qua đoạn đường dài mười lăm cây số. Cũng chưa kịp hỏi tối nay ngủ đâu thì bác Chín đã mất hút trong bóng đêm.

■ nhuận sắc *240612*

8

MỘT NGÀY GẦN TẾT TRONG TRẠI

Tính từ hồi cả đám cải tạo từ miền Nam, cứ mỗi hai tên lãnh một cái còng số 8 lên xe bít bùng hành quân ra chiếm mục tiêu Phân Trại E - đọc là E theo tiếng Việt - tới nay chắc khoảng ba năm. Ba năm mà có khi tưởng chừng như ba mươi năm hay có khi tưởng như mới ba ngày hay ba tuần. Bây giờ thì trại trông khang trang lịch sự lắm rồi, có vẻ như đang ăn nên làm ra, chớ không hoang dã nhà tranh vách lá như hồi bảy năm về trước khi nhóm người Việt yêu nước nhớ vợ con biểu tình đốt trại tị nạn hồi hương đi tàu Việt Nam Thương Tín về lập trại nầy.

Học viên bây giờ được ở nhà gạch nền cao và tường bê-tông ạc-mê 30 li, ngủ được vệ binh xách súng luân phiên nhau đi vòng vòng bảo vệ an ninh suốt đêm. Những thành viên cũ đội 41 và đội 45 thuộc thành phần "ác ôn có nhiều nợ máu với nhân dân" từ trại Z30C Hàm Tân được biên chế vào ở chung với các lão trượng thuộc ban trị sự Phật Giáo

Hòa Hảo tỉnh Long Xuyên, và không được đi lao động vinh quang mà chỉ lao động nhẹ lòng vòng trong trại. Đội nào được đi ra ngoài sản xuất thì ít nhứt hai vệ binh cầm súng bảo bệ an ninh - bây giờ cán bộ không còn thêm mấy chữ "kẻo nhân dân trả thù" như hồi 1975 hay 1976 nữa!

Nghe đồn rằng ai cải tạo tiến bộ mới được đi lao động vì lao động là vinh quang, đúng như ý của một trong mười bài học chánh trị đầu tiên, dù còn vệ binh theo bảo vệ. Tiến bộ hơn nữa, theo trại nói là đã xác định quyết tâm cải tạo, rán phấn đấu đến chừng nào trại xét thấy tiến bộ cho về thì về. Những người nầy không cần ai giữ cũng không trốn trại, cho nên được tự quản ra ngoài làm.

Nhưng ở trại Xuân Phước nầy chắc không có ai tiến bộ tới mức ấy nên không có đội tự quản, kể cả đội làm gạch. Những trại viên đội lò gạch được nhiều đặc quyền đặc lợi như nhận quà xả láng miễn là gia đình có khả năng. Cán bộ bình dân và biết điều với đội lò gạch, thỉnh thoảng cho mua hàng bồi dưỡng thêm, thậm chí thỉnh thoảng được cán bộ làm lơ cho mua rượu đế và thịt cầy về nhậu. Dĩ nhiên cán bộ cũng có phần, chưa kể quà cáp cho quý phu nhơn và các cô cậu công an con. Có anh được cán bộ thương tình cho bà xã ngủ lại đêm có "kết quả" mà sau nầy gặp rắc rối với phái đoàn Mỹ phỏng vấn xin đi tị nạn.

Trong những ngày gần Tết, mức độ canh chừng xem có phần lơ là. Trực trại ăn Tết với gia đình ngoài vòng rào kẽm gai, hay mang chiến lợi phẩm về Bắc và báo cáo với bà con là dân miền Nam bị Mỹ-Ngụy bốc lột đói rách đến như thế nào! Trật tự được một phen nhậu nhẹt và cờ bạc nên ít xuống đảo vòng vòng, chỉ xuống điểm danh buổi sáng thức dậy và buổi tối trước khi đóng cửa chuồng.

Cả trại đang chuẩn bị ăn Tết và chào đón mùa xuân thứ bảy kể từ ngày tự nguyện vô đây. Đội văn nghệ ai ca hát và đóng kịch thì lo tập dợt trên hội trường; toán trang trí gồm nhiều họa sĩ tên tuổi được lịnh ưu tiên trang trí cổng trại trước. Cờ đuôi nheo nhiều màu treo đầy từ bịnh xá ra tới cổng, để ai đi ngang từ bên ngoài cũng biết được cả trại đang hân hoan chào đón mùa xuân độc lập thống nhất của dân tộc! Bên trên chỗ cao nhứt treo hình Tám Keo - ngôn ngữ của Thiếu tá Biệt Động Quân Nguyễn Văn Quý, dưới một chút là tấm bảng nền đỏ dán chữ màu vàng Mừng Xuân Nhâm Tuất, hai bên có câu đối "Tết Hòa bình, nhân dân hạnh phúc - Xuân Độc lập, cải tạo an tâm" cũng nền đỏ chữ vàng, do một trại viên sáng tác được trực trại chấp thuận và khen hay, hứa sẽ thưởng thêm nửa khẩu phần ngày Tết trích trong phần ăn của những người khai bịnh ăn cháo!

Từ khi trại đoạt danh hiệu "Anh Hùng Lao Động," ít đi chợ hơn. Đội nhà bếp mặc dù không tự do đi ra khỏi cổng trại nhưng thỉnh thoảng được theo cán bộ đi ra ngoài. Và mỗi lần đi thì thế nào cũng được uống cà-phê pha dợt, xong rồi đi chợ mua đồ. Trong quán cốc xoay mặt ra chợ chồm hổm, cán bộ ngồi nhìn ra ngoài kiểm soát vừa ăn hủ tiếu và uống cà-phê cái nồi trên cái cốc - loại cà-phê nầy tới năm 1982 vẫn còn!

Hầu hết đội nhà bếp không ăn cơm trại tương tự như cảnh con nhà giàu trong quân trường. Phần vì các anh đã "ngán tới bản họng" như một anh nói, phần vì được hưởng đặc lợi không hạn chế nhận quà của gia đình. Nhưng phần các anh không lãnh cũng không được chia thêm cho các trại viên khác mà bồi dưỡng cho bầy heo. Anh nào ăn cơm trại thì phần của các anh gấp hai ba lần của trại viên thường, nếu không muốn nói là xả láng. Theo nội quy, đội nhà bếp không được phép mang cơm về phòng mà phải ăn tại chỗ để tránh cảnh mua bán đổi chác. Lịnh cán bộ trực trại, vì bánh bẹp sợ lợn ăn mắc răng còn khoai mì không được hoan nghinh cho nên mỗi bữa ăn phải trích một thau cơm cộng với phần cơm cháy cùng với gốc rau muống hay rau cỏ gì đó dành cho lợn đặng "mai mốt mình hưởng."

Từ khi lập "học viện" nầy, cạnh hông nhà bếp trại đã sáng suốt cất thêm cái chuồng lợn lợp lá, xung quanh rào bằng song nứa, sàn bằng gỗ tạp mà sau nầy được tráng xi-măng cho sạch sẽ. Lúc nào cũng có vài ba con và nuôi gối đầu với nhau, tùy theo khoản thời gian của những ngày lễ lớn. Trại trích trong tiền cơm nuôi tù mua lợn con, không cần bỏ vốn, tự nhiên năm bảy tháng sau bác và đảng có dịp bày tỏ sự quan tâm sâu sắc "lo cho các anh chu đáo." Chỉ người trực trong đội nhà bếp mới có quyền tới kiểm soát, cho ăn, và tắm rửa lợn, ngoài ra không một trại viên nào được léo hánh tới. Lợn trong trại cải tạo sướng hơn học viên nhiều vì nó sản xuất ra thịt nhân danh đảng ban ơn cho trại viên. Nó được miễn ăn cháo, và không bao giờ biết ăn khoai mì, chỉ hửi hửi rồi hỉnh mũi bỏ đi. Thậm chí lúc củi cao gạo kém và "toàn dân đang lâm vào cảnh khó khăn," nó cũng khỏi ăn độn bo bo và bánh bẹp.

Tiêu chuẩn thường ngày cho mỗi trại viên, dù không đủ ba món canh xào mặn như tại các quán cơm xã hội trước 1975, nhưng tương đối cũng tạm được, chỉ thiếu món xào. Cơm được lưng nửa chén cơm mốc - lẫn với cát và thóc - nấu từ gạo tồn kho bị ẩm và vài lát khoai mì H34 - loại khoai mì gốc Ấn Độ xay làm thực phẩm gia súc từ trước 1975 - cũng thuộc loại tồn kho bị mốc, sau khi nấu chín ngã màu trông như màu quần lãnh đen cũ, mà lúc trước trại có sáng kiến định dùng nuôi lợn nhưng nó không ăn. Gọi canh là hai ba cọng rau muống lội trong nửa lon guigoz nước xanh màu lá mà công trình nghiên cứu sinh vật học của giáo sư Phạm Hoàng Hộ cho biết bổ hơn thịt bò nhiều. Món mặn là nửa chén nước muối pha với nước trà hay một thứ lá gì làm cho nước chấm có màu nước mắm, dưới đáy chén có chừng mười mấy miếng gì đen đen mà nếu mấy nhà sinh vật học cải tạo ở đây không tiết lộ, đâu có ai biết chính là vỏ của con giòi đã lột xác. Nuôi tù toàn là đồ bổ nên từ hồi lập trại tới giờ chưa có ai chết vì đói mà nhiều khi có người đi vì bịnh tật như phù thủng hay bị suy dinh dưỡng mà thôi!

Một năm chỉ có năm ngày lễ lớn được bồi dưỡng "thịt nợn" nên trại viên ai cũng phải nhớ, nhứt là đám con bà phước. Đó là ngày thành lập đảng mafia đỏ quang vinh, ngày "mùa xuân đại thắng" chiếm được miền Nam, ngày sanh của Tám Keo, ngày lễ "quốc khánh," và ngày Tết nguyên đán; học viên được khỏi ăn độn và được hưởng một lát "thịt nợn" nhưng bù lại toàn thể trại viên phải lên hội trường nghe lặp đi lặp lại những bài giảng thuộc lòng suốt từ bảy năm nay.

Riêng ngày Tết thì có chương trình văn nghệ tự biên tự diễn, và không có diễn văn vì cán bộ cũng phải lo ăn Tết. Ai khai bịnh thì phải được cho ăn cháo loãng-thật-là-loãng mới dễ tiêu vì trại chăm sóc chu đáo sức khỏe của trại viên. Nhưng mấy đứa nhỏ mỉa mai đó là biện pháp hành bao tử của cộng sản đặng cho không ai dám khai bịnh, trốn tránh lao động. Chẳng những vậy bọn trẻ còn phản động phát ngôn bừa bãi rằng "thật sự chúng muốn mình chết dần chết mòn mà khỏi mang tiếng giết người!" Các anh em tâm sự là chưa bao giờ thấy tạm no bụng, dù khoai mì mốc các em cũng không chê. Sống dưới chế độ xã hội chủ nghĩa, dù tù trong hay tù ngoài, ai cũng phải đóng kịch nhưng câu nầy phản ảnh sự thật "Em phải uống thật nhiều nước giếng để đánh lừa bao tử."

Bố thí cho trại viên sống cầm hơi cho nên kể từ

sau năm thứ hai, trại được danh hiệu "Anh Hùng Lao Động." Chẳng những vượt qua cái khâu tự cung tự cấp, mà còn vượt chỉ tiêu, mang về cho ngân sách nhà nước nhiều triệu đồng. Đó chỉ là nói về phần chi thu sản xuất, chớ thật ra số vốn đầu tư làm lò gạch và các khu nhà gạch bê-tông ạc-mê sạch sẽ lịch sự cho học viên thường, kể cả khu nhà mát dành cho những học viên thuộc "chương trình hậu đại học" còn đọng đó, và nghe nói hình như sang tới năm thứ năm thì nhà nước chẳng những gỡ vốn mà còn có lời nữa! Cán bộ nói "đảng sáng suốt, khoan hồng nhân đạo tha tội chết cho các anh để các anh có cơ hội đoái công chuộc tội." Trong lúc nhân dân không đủ ăn phải bằng mọi cách "khắc phục khó khăn mà các anh ăn gạo trắng và được ăn thịt nọn nữa!"

Mấy ngày "nễ nón," qua loa phóng thanh gắn tại hội trường, rải rác trên đường ra cổng, và bốn gốc biệt thự trại viên ở, trại viên được đảng và nhà nước chiếu cố tận tình. Ai cũng lấy làm mừng:

- Cán bộ cho biết mỗi người được một cái bánh chưng và một lạng mứt.

Một người khác thêm:

- Nguyên ngày Mồng Một Tết được ăn cơm khỏi độn và mỗi người được một lạng thịt heo.

Nhưng anh bạn Tuấn mỉa mai:

- Khéo phịa! Một miếng ba rọi bằng hai ngón

tay và mỏng như tờ giấy hút thuốc mà cân nặng một trăm gram, đúng là cân xã hội chủ nghĩa!

Ông già đang ngồi đánh cờ với Tuấn ngứa miệng xen vô góp ý:

- Bánh chưng sống nhăn cũng vứt. Tiếc của nhưng không biết làm sao hơn. Trong miền Nam lúc còn bộ đội quản lý thì còn "đi câu" được.

Đặc biệt trại nầy tiến bộ hơn, trại không muốn học viên câu lon guigoz đến bếp cực khổ, cơm nước thì trại đã lo rồi, "để các anh an tâm học tập." Nói an tâm thì Tuấn là người an tâm nhứt, hầu như không bao giờ bị ảnh hưởng vì những biến cố lâu lâu trại xì cho trật tự là có danh sách đợt nầy đợt nọ. Những người lớn tuổi nói rằng "Tuấn cùi không sợ lở!" Anh bạn trẻ nầy dính líu vụ ám sát cán bộ cách mạng lãnh án hai mươi năm nên "an tâm học tập" lắm. Anh thường vui vẻ nói như khẳng định một sự thật mà ít người biết:

- Nếu người quốc gia không lật được thế cờ thì em nhận nơi nầy làm quê hương!

Chiều hôm đó là ngày cuối năm, cuối năm thứ bảy. Nếu thời tiết không trở lạnh giống... ngày... Tết, và không có bầy én lưa thưa đang lượn trên bầu trời xanh cao vút thì người tù không biết là mùa Xuân đã gần kề, mùa Xuân hy vọng và hy vọng dài dài... tới khi từ biệt bạn bè. Anh Thông, đội trưởng, đang ngồi dưới gốc dừa cạnh bờ giếng với mấy người bạn chờ tắm. Ở giữa là cái điếu thuốc lào bằng ống nứa do một bàn tay nghệ sĩ tài hoa chạm trổ. Cạnh đó là vài cái khăn tắm vá víu nhiều chỗ trông sặc sỡ cùng mấy bộ đồ may tay từ bao cát. Chưa được bao lâu, anh trật tự Tiến mặt đỏ gay nồng mùi rượu đế lò mò xuống và tự nhiên ngồi sà vào "mâm." Trừ đám công an, trật tự là chức vụ lớn nhứt trong trại do người không nón cối dép râu đảm nhiệm, "nắm" các đội trưởng và báo cáo trực tiếp với trực trại. Sau khi hút ké hai điếu thuốc lào, Tiến kéo Thông vô góc hàng rào kẽm gai bỏ nhỏ:

- Tết nầy có nhiều người được tha về ăn Tết.

- Sao mầy biết?

- Anh trực trại nói.

- Ảnh... đi phép về Bắc rồi mà!

- Trước khi đi ảnh nói với em. Ảnh còn mượn tiền em và mấy thằng nhà bếp nữa!

Thế là đám cải tạo xôn xao lên, đoán già đoán non. Những người có thân nhơn cách mạng, đội trưởng, trật tự, ăng-ten, và các ông già chấp hành nội quy tốt trong bụng mừng thầm, hy vọng thế nào trong danh sách đợt nầy cũng có mình. Họ tự xét lại lý lịch và "quá trình học tập" như chấp hành nội qui tốt, không phạm kỷ luật, không có nhiều nợ máu với nhân dân, học tập tốt, không có bà con dòng họ làm lớn trong chánh quyền hay quân đội miền Nam, và nhứt là có người bà con xa đi tập kết còn sống sót trở về.

Riêng đám trẻ thì thực tế hơn. Chúng tỏ vẻ không tin, "Xách túi về tới nhà rồi có khi còn bị bắt lại, huống hồ gì!" Mới chạng vạng tối, tin một anh bạn trẻ mò lên ăn cắp đồ ăn của lợn bị bắt quả tang được lan truyền nhanh trong đám cải tạo. Đa số thông cảm thương bạn không dấu được nét căm thù: "Nó bị heo cắn dập tay máu me tùm lum mà không cho băng bó lại đem giam xà-lim liền!" Trong khi đó, vài tên cải tạo tiến bộ không tiếc lời nguyền rủa mấy thằng đói làm ảnh hưởng tới việc học tập của họ!

Và đó là lý do mà đợt nầy không có ai được về ăn Tết sum họp với gia đình như sau nầy trực trại giải thích. Và như thường lệ, Tuấn tuyên bố "Đã nói trước rồi mà!"

■ nhuận sắc *240612*

9

NGƯỜI TÌNH

Theo thông lệ, buổi sáng khi thấy Thành tà tà thả dốc trên chiếc xe đạp cà tàng ngang qua cây dừa già trước nhà giảng Tin Lành thì chị Sáu Liễu sai tụi nhỏ làm cà-phê. Năm ba phút sau, nhiều khi Thành chưa kịp bày hàng thì con bé Ngọc đã mang cà-phê qua rồi. Thành ngưng ngay công việc tại đó ngồi vào bàn. Từ đây có thể nhìn thấu nửa phần bên phải quán cà-phê, nơi đó lảng vảng hình bóng chị Liễu. Những giọt cà-phê đen - như màu đôi mắt bên kia đường - từ từ nhỏ xuống chiếc tách kiểu. Bộ tách kiểu đặc biệt bốn chiếc đó chị Sáu Liễu chỉ dành cho anh Thành chớ không để cho khách bình dân tại tiệm dùng. Theo lời chị, đám khách hàng tới uống một ly xây-chừng buổi sáng rồi leo lên xe xích-lô đâu có cần của quý:

- Cái nầy chỉ đặc biệt dành cho anh thôi!

Thành đỡ lời:

- Ly tách nào chả là để đựng cà-phê? Chỗ đông người, lỡ đụng bể chỉ phí của giời, lại thêm rắc rối!

Chị Sáu cười nói một câu bâng quơ:

- Chén sành chén kiểu khác nhau!

Chồng trước của chị Liễu tử nạn trong tù. Cuộc đời xuống tới mức chị bước thêm bước nữa với một tên cán bộ thương nghiệp, gốc mặt trận miền Nam, thì không còn chỗ để xuống nữa. Căn nhà được nhà nước đặc ân hóa giá dù nhỏ nhưng tiện là nó nằm ngoài mặt đường. Nửa phần sau dành cho hai vợ chồng, nửa phần trước làm quán cà-phê, vừa làm chỗ ngủ cho con cháu Ngọc sau khi dọn hàng.

Từ khi có cái tiệm sửa xe của ông Tư, người ta thấy chị Sáu trông đẹp và trẻ ra ít nhứt cũng năm tuổi. Dù có con Ngọc, chị lại thường đích thân mang cà-phê sang cho Thành để nán lại nói một vài câu. Bán hàng cho ông Tư không sợ mất ly tách mà cũng không cần lấy tiền ngay. Những ngày có khách - ý nói bạn bè - mà khách của Thành thì bất thường và không đếm xuể, Thành chỉ cần đưa một hay hai ngón tay lên là xéo bên kia đường, chị Sáu hoặc có khi là con cháu Ngọc biết ngay. Khi nào bà chủ hay cô cháu không đứng phía trước, Thành bắt chước dân giang hồ đưa hai ngón tay lên miệng thổi cái rét là có người ra liền. Nhiệm vụ của chị Sáu tính toán sổ sách như thế nào Thành không cần biết, chỉ là uống rồi lâu lâu thanh toán một lần.

Về hướng Đông con đường Phan Đình Phùng, tức là phía phường Trung Dũng, bỏ con hẻm nhà giảng Tin Lành có hàng rào xi-măng là tới hai căn nhà cũ kỹ dính liền: một căn của bà Sáu Lùn đang là chỗ làm ăn của các chị em giải trí cho kẻ độc thân có tiền hay những anh chàng cán bộ ham tìm của lạ, còn căn kia là tiệm sửa xe không thấy đề bảng hiệu - chỉ một miếng thiếc vuông vuông viết chữ "sửa xe" bằng nước sơn màu đỏ - người ta quen gọi là tiệm ông Tư.

Thời gian gần đây, hai cánh cửa sổ màu xanh nước biển dưới mái ngói âm dương rong rêu không còn đóng im ỉm lâu ngày như lúc trước. Và nơi cái sân tráng xi-măng nhỏ phía trước hiên nhà có đủ hạng khách sửa xe tới lui tấp nập: khi thì vá cái ruột, khi thì độn cái vỏ, khi thì mượn cái ống bơm chùa thụt mấy cái cho cái ruột quốc doanh bị xì lỗ kim. Hàng xóm để ý thấy mấy ngày nay ông Thành có vẻ chí thú làm ăn, không thường hay đóng cửa tiệm về Sài Gòn nữa. Trên khuôn mặt xương xương khắc khổ nhưng dễ tính và yêu đời đượm vẻ buồn rười rượi mà những người nhiều chuyện cho rằng ông Tư ân hận về một việc làm sai trái nào đó, như chính họ là người trong nhà hay bạn bè thân thiết của ông Thành. Đồng thời, người không cần tinh ý lắm cũng thấy chị Sáu Liễu mừng ra mặt và se sua trở lại.

Khi tóc còn xanh đúng vào cái tuổi tam thập nhi lập, tên "sĩ quan ngụy" lầm lũi mang ba-lô ra đi, trong niềm hồ hởi phấn khởi của toàn dân miền Nam. Gia tài để lại là mấy bộ đồ nhà binh và một mớ hình trong quân ngũ mà lúc "các anh cách mạng giải phóng" về, chị Thành sợ quá phải mang đốt đi. Nghĩa là gia tài may mắn không có món nợ nào và bốn đứa con nhỏ dại. Hai đứa giữa bảy và năm tuổi cũng chưa biết gì, chỉ ăn và phá. Đứa con gái lớn mười tuổi học lớp Năm trông đứa nhỏ nhứt mới lên bốn, cho chị Thành buôn tảo bán tần vừa lo cho con vừa thăm nuôi. Vào cái tuổi hai mươi bảy mà vắng chồng, chị Thành phải vừa ngụy trang vừa khéo léo, khó khăn lắm mới thoát khỏi sự dòm ngó của các anh cán bộ dép râu nón cối và sự quan tâm của chính những người cùng quân ngũ với ông xã của chị.

Sau "giải phóng" vài năm thì bà con hết kỳ thị gia đình "ngụy quân ngụy quyền" nữa, trái lại có cảm tình là đàng khác. Vào cái tuổi bốn mươi chính chắn nhứt, anh Thành ở tù về tóc muối nhiều hơn tiêu. Răng rụng nhiều nhưng chỉ mất bảy cái răng hàm, may mà hàng tiền đạo vẫn còn cứng, trông không đến nỗi nào. Chỉ phiền một điều là ăn uống hơi khó khăn, nhưng cái air cũ vẫn còn phảng phất khiến nhiều người không dám dậu đổ bìm leo. Sau một thời gian tẩm bổ, tất cả mười thành công lực đều hồi phục như xưa.

Tự nhiên vào một ngày đẹp trời người bạn cũ tìm tới thăm nói ba điều bốn chuyện vu vơ, nhắc lại chuyện đời xưa, rồi từ đó xảy ra chuyện đời nay.

Xuống xe xích-lô, Xuyến mừng rỡ nói ngay:

- Tôi đâu biết là anh đã về. Tình cờ đi ngang qua

thấy anh ngồi đây nên ghé lại thăm!

Thành giữ khoảng cách, nói như không trả lời:

- Sau khi tan hàng đứa còn, đứa mất, đứa dzọt, đứa vô tù. Tôi cũng không biết anh Mạnh và chị ra sao!

Mười năm! Ngoảnh lại như một giấc mơ không dám cũng không từng nghĩ tới, đúng hơn là một cơn ác mộng! Tất cả thành chuyện cũ nhưng Thành vẫn thấy rõ ràng như mới hôm nào. Trong nhà binh, ở những chỗ sang và sướng như những đơn vị gần Sài Gòn, anh em thường ích kỷ, chết nhát, và đôi khi muốn hèn! Vùng biên trấn tập hợp những tay giang hồ tứ chiếng nhưng lại sống có tình có nghĩa, nhất là vào thời điểm găng nhứt chui dưới hầm ăn đồ hộp, vẫn bình tĩnh vui đùa trong cái chết trước mắt, "một lát nữa đây không biết thằng nào đi!" Ngoài ra, đối với anh Mạnh và chị Xuyến, Thành còn nhớ rõ một điều:

- Tôi còn nợ chị tiền câu lạc bộ, nhưng không nhớ rõ bao nhiêu!

Xuyến cười:

- Vậy nếu anh còn biết điều thì trả. Nhưng tôi không đòi đâu!

Như mừng được bà chủ tha nợ, Thành cười nói luôn:

- Hy vọng có dịp làm một cái gì đó để đền đáp!

Xuyến chớp mắt:

- Anh nói thì phải rán nhớ!

Nét buồn man mác hiện trên khuôn mặt trái xoan trắng tươi của Xuyến, đôi môi nửa hé giữa đôi má lún đồng tiền, lộ ra một vòng bạch kim niềng chiếc răng hàm dưới:

- Anh Mạnh đi từ lúc đó bỏ mẹ con tôi lại....

Chồng Xuyến di tản từ năm 1975 để lại một thằng con trai duy nhứt. Trong mấy năm trời hai mẹ con ở với bà ngoại, không liên lạc được với người ra đi. Dù gốc Pháp lai nhưng chị lại đèo nên không vạm vỡ như đa số người Tây phương. Thậm chí so với người phụ nữ Việt Nam bình thường, chị cũng thuộc hàng hơi nhỏ con một chút. Chị vừa hưởng được nét kiêu sa trời Âu với vầng trán cao vừa phải và đôi mắt xanh, vừa thể hiện vẻ đẹp Đông phương với dáng người nhỏ nhắn, gọn gàng, và lanh lợi. Lịch thiệp là cái tài riêng cộng thêm nhan sắc trời cho đã giúp Xuyến khỏi sống cảnh cày sâu cuốc bẫm. Dù có khổ vì những toan tính cho cuộc sống nhưng chị lúc nào cũng chưn giày chơn guốc, và quan hệ với các anh lớn, đời trước cũng như đời sau.

Khi bắt đầu có thơ từ qua lại chút ít giữa Việt Nam và Huê Kỳ thì, qua một người bạn gái thân điều tra nội vụ giùm, chị mới biết là anh Mạnh đã lập gia đình với một người phụ nữ khác quen nhau từ những ngày đầu trong trại tị nạn. Dù vậy, thỉnh thoảng năm mười bữa nửa tháng, chị vẫn dắt cháu về thăm ông bà nội và các cô chú ở trên Hố Nai. Tới một hôm anh Mạnh cho người về móc nối - không phải đưa Xuyến - mà đưa cháu Phong vượt biên. Bà nội dặn cô Lan:

- Thương lượng nếu nó làm khó dễ không chịu cho thằng bé đi.

Cô Lan hỏi lại:

- Nếu chị ấy không bằng lòng?

Bà nội ra lịnh:

- Bằng mọi giá phải được!

Trong lúc đó, ông nội phi một điếu thuốc lào 888 xong ngồi trầm ngâm, nhưng vẫn để ý nghe câu chuyện giữa hai mẹ con. Ngón tay ông nhịp nhịp lên mặt bàn, không biết ông đang nghĩ gì. Thấy ông cụ không có ý kiến, một lát bà tiếp:

- Chi cho nó một ít.

Cô Lan nhìn mẹ xong xoay mắt qua bố. Bây giờ ông nội mới ra chiêu:

- Nếu thương lượng không được thì bắt cóc thằng Phong!

Trái với dự tính của gia đình bên chồng, không cần suy nghĩ, chị đồng ý liền, để nó được gần cha và tìm tương lai. Khi đồng bạc hồ ngày càng mất giá và không biết lúc nào có đổi tiền nữa thì vượt biên vẫn là cách đầu tư thịnh hành nhứt dù không an toàn cho lắm. Lâu nay Xuyến vẫn cho thằng Phong đi nhưng năm lần bảy lượt tiền mất tật mang, khi một chỉ, khi năm phân. Nay chị không dám liều thêm nữa, nói trớ đi là "cháu nó còn nhỏ quá!" nếu có ai mời gọi. Còn người quen biết uy tín thì chị chưa móc nối được.

Nhiều người mới đây còn chạy ăn từng ngày và bữa đói bữa no, mà ngoảnh lại thấy áo gấm về làng, vẽ ra một thiên đường, đúng với câu "làm theo năng lực, hưởng theo nhu cầu!" Tiện nghi vật chất như máy truyền hình, tủ lạnh, xe cộ, nhà cửa,... chỉ là nhu cầu căn bản chớ không phải là thứ se sua xa xỉ như bên mình. Không ai chết đói, thất nghiệp có nhà nước nuôi. Mơ cái ngày thằng Phong làm kỹ sư hồi hương, thay vì nói "gần xong trung học," chị Xuyến nở mày nở mặt:

- Nay cháu nó gần lên đại học rồi.

Thằng cháu Phong dù chưa làm gì ra tiền, lâu lâu gởi về cho chị khi vài mươi đô, khi một trăm "để mẹ uống cà-phê." Chị biết là do anh Mạnh đạo diễn. Dù dứt tình nhưng cũng còn chút nghĩa. Mấy năm nay chị sống tương đối nhàn hạ, độc thân không ràng buộc chồng con, nhưng chị không cảm thấy hạnh phúc:

- Mấy ông nhà binh cải tạo về lạnh cẳng hết.

Khi trong tiệm sửa xe không có ai, chị nói vừa đủ nghe:

- Tụi răng hô mã tấu thì chán lắm!

Thành cười buồn, không biết phải an ủi chị thế nào, chỉ thương hại thân phận người phụ nữ qua cuộc đổi đời. Trong thời gian cầm cự đợi chồng về, nhiều người cứ mang đồ đạc trong nhà ra bán, từ bàn máy may tới cái truyền hình, từ bộ ly tách chén dĩa kiểu tới những bộ quần áo đẹp. Sợi dây chuyền hoặc đôi hoa tai bà mẹ chồng cho khi hai vợ chồng lấy nhau trước nay gói giấu kỹ để thủ thân, ban đầu đem cầm đỡ lấy vốn đi buôn bán sanh sống qua ngày với hy vọng sẽ chuộc lại, nhưng rồi cụt vốn phải bỏ luôn. Cuối cùng là chiếc nhẫn cưới, có nghĩa là một xót xa cho tình nghĩa vợ chồng! Và khi hết phương chống đỡ bèn lấy đại một ông ba tàu, một tên cán bộ, hay bất cứ một anh chàng nào đó để nuôi con.

Dù chị không nói ra, Thành cũng biết chị đang lợi dụng mấy ông lớn đặng mánh mung làm ăn:

- Có đi sâu vào mới biết tụi nó chẳng ra gì. Hồi xưa coi vậy mà đỡ hơn!

Chính vì "tụi nó chẳng ra gì!" mà Thành mới ra tay nghĩa hiệp. Chỉ trong vòng một tháng, mọi chuyện Chúa đã an bài, "Những gì Thiên Chúa kết hợp, loài người không thể phân ly." Ngày đám giỗ ông già, trong khi Thành chưa chuẩn bị tâm lý để ra mắt nhà vợ tương lai thì chị của Xuyến giới thiệu với hàng xóm là *"chồng con Năm,"* với mấy đứa cháu là *"dượng Năm tụi bây đó!"*

Lúc trước ông bà cụ quyết định chuyện hôn nhơn của con cái. Nhưng sau cuộc đổi đời, và nhứt là từ khi ông qui tiên, bà không có ý kiến gì về cuộc sống riêng tư đối với bất cứ đứa con nào, *"Tụi nó lớn ắt biết lo thân. Bây giờ tao cũng chịu thua. May nhờ rủi chịu!"* Ấy cũng vì gia đình bà, sau cuộc cải tạo công thương nghiệp và cải tạo tư sản, đã trở thành vô sản chân chính! Mấy căn phố cho mướn bây giờ thuộc quyền sở hữu của nhân dân mới hoặc của bộ đội từ Bắc vào. Sau khi thằng Phong vượt biên, căn nhà nhỏ còn lại trong con hẻm vừa đủ chỗ dắt một chiếc xe đạp ở Cây Chàm tập trung bảy nhơn mạng con người, khi họp mặt đầy đủ hẳn có nhiều điều bất tiện. Chắc cũng vì vậy mà chuyện gấu ó cũng thường xảy ra. Trong nhà, trừ bà cụ và hai đứa độc thân, còn có hai cặp vợ chồng hờ nữa.

Sau lễ hợp thức hóa thì chị Xuyến và anh Thành sống như vợ chồng thiệt, một kiểu vợ chồng du mục nay chỗ nầy mai chỗ khác. Một bữa, chị Hai - đang ở ngã tư Hàng Xanh - thông cảm "hoàn cảnh khó khăn" của cặp uyên ương mới, bảo:

- Mai mốt hai vợ chồng bây thu xếp xuống dưới tao ở, tao bày vẽ cho làm ăn sanh sống.

Xuyến hỏi ý kiến Thành:

- Anh tính có được hôn?

- Dĩ nhiên là được, nhưng có điều hơi bất tiện. E làm phiền chị Hai!

Bất tiện thế nào vẫn hơn là một cảnh hai quê trong một thành phố nhỏ, quanh đi quẩn lại thế nào cũng gặp người quen! Đó là một điều cấm kỵ trong nghề "gián diệp nhị trùng"! Và anh Thành bây giờ như một trưởng lưới tình báo vừa đặt kế hoạch vừa sắp xếp công việc lại vừa tiếp xúc nhơn viên và cả đối tượng! Nếu tính theo đường chim bay, hai nơi công tác không xa quá một cây số, thì thế nào cũng có ngày bị tổ trác! Đôi khi một mật báo viên tạt ngang giả vờ sửa xe, kín đáo trao cho anh một mảnh giấy nhỏ. Và hàng xóm để ý thấy ông Tư sửa xe biến mất trong vài tiếng đồng hồ lại xuất hiện.

Mọi chuyện không qua được cặp mắt dòm ngó của chị Sáu Liễu. Chị đã nhiều lần gợi ý cho Thành bước tới mà anh cứ lửng lờ. Đó cũng là lý do khiến chị Sáu đôi khi làm mặt giận và nói mát với anh Thành. Chị Liễu mới bốn mươi mốt tuổi - tuổi con khỉ - chớ đâu đã già! Dù thời buổi sau chiến tranh trai thiếu gái thừa, nhưng chị đâu phải hạng đi cấy quấn khăn rằn đỏ. Chị nghĩ nhiều người có vai vế trong ủy ban tỉnh và trong ty thương nghiệp o bế chị hoài mà chị đâu thèm ưng.

Một hôm chị Sáu điều tra:

- Đi đâu mà đi hoài vậy anh Tư?

Thành giả lả cho qua chuyện, nhưng chị Sáu không tha:

- Từ ngày cái cô gì đó xuất hiện, anh như người mất hồn.

Anh Thành không khờ đến nỗi không biết ý chị Sáu Liễu. Nhưng anh cũng đâu có bất lương mà xen vào cuộc sống của vợ chồng người ta. Để tự kềm chế, Thành thường nhắc câu ông già hay nói "trai tơ gái góa thì... đừng nơi có vợ có chồng." Và do sự tình cờ hay số phận, Thành lại bước một chưn vào vùng đất mới.

Trong vùng đất mới đó, chị Hai sống thảnh thơi bằng nghề chủ hụi và cho vay ăn lời từ trước. Người đàn ông nào đến với chị chỉ có hai việc phải làm là đếm tiền và...; còn chị Năm Xuyến thì chuyên nghề buôn bán. Sau khi miền Nam đổi chủ, nghề buôn bán trở thành buôn gánh bán bưng chớ không thể làm ăn lớn như ngày xưa. Thấy chị Năm lông bông, và nhứt là sau khi chấp nối với anh Thành, chị Hai nhường cho Xuyến một dây hụi ngày và một dây hụi tuần.

Qua sự mối mai cất nhắc và giới thiệu lăng-xê của bà Hai Hụi, chị Mạnh bây giờ ngày ngày xách giỏ và cuốn sổ đi thâu tiền. Lúc đầu Xuyến ở tạm nhà chị Hai, sau đó chị mướn giùm căn nhà cho hai vợ chồng ra riêng để "cuối tuần chồng mầy về." Và kể từ đây, Thành có thêm một nghề tay trái nữa là làm kế toán cho bà chủ hụi mới.

Nghề nói dối hồi trước Thành đã học rồi nhưng chưa điêu luyện lắm, nay có dịp bồi dưỡng thêm sức! Người có kinh nghiệm nói rằng đàn ông ai cũng biết nghề nầy vì cùng một lò mà ra cả, duy chỉ có trình độ khác nhau mà thôi. "Văn ôn võ luyện," người xưa nói vậy mà không sai. Chính anh Thành là một chứng minh cụ thể lời dạy của tiền nhơn, nay đã đạt được trình độ ít nhứt cũng bậc năm hay bậc sáu!

Và hầu như hàng tuần anh có mặt đều đều tại khu nhà mới gần cầu Xa Lộ. Khi xưa, đây là bãi phế liệu, bây giờ tập trung dân khố rách áo ôm thập phương, nhứt là từ vùng kinh tế mới, dồn về ở chen chúc, làm đủ thứ nghề thượng vàng hạ cám. Xuống xe lô từ dốc Nam cầu Xa Lộ, Thành theo con đường đá đỏ ngoằn ngoèo dẫn vô xóm nhà lá chừng mươi căn cất trên vũng sình mọc đầy cỏ dại không tên.

Chưa kịp làm thêm một chìa khóa mới, Thành tần ngần một hồi trước gian nhà lá nhỏ có hai chậu kiểng ở hai bên lối vào, mà mấy cô bé hàng xóm quả quyết rằng chính chúng nó thấy dượng Năm đi chợ Hàng Xanh mua và chở xích-lô về đặt hồi tuần trước. Lấy tờ giấy tập học trò và cây bút nguyên tử ra, anh Thành viết bốn câu thơ kẹp vào ổ khóa, rồi ký bút hiệu.

Xong anh trở ra quán cà-phê đầu đường uống cái gì trong khi ngồi chờ chị Xuyến. Quán lèo tèo vài người khách. Và trên kệ cũng lèo tèo vài chai nước ngọt sắp cạnh cái radio đang hát cải lương. Trừ 6m vuông vừa đủ chỗ kê hai cái bàn gỗ thông xục xịch không có cái gạt tàn thuốc lá - khách tự nhiên búng tàn xuống đất - phía bên trong hình như là chỗ dung thân của gia đình, chắn ngang bằng tấm ri-đô cũ. Khi cô bé khoát màn vào trong, để lộ ra cái giường với chiếc chiếu rách vá bằng miếng vải vàng ngà, hai chưn phía ngoài kê trên sàn nhà lót ván, gỗ, và tre lẫn lộn. Thành gợi chuyện:

- Làm ăn sao con?

Cô bé có vẻ an phận:

- Ai sao mình vậy dượng ơi!

Thành dè dặt:

- Nhà nước có giúp gì hôn?

Cô bé trề môi:

- Chưa bắt đã là may lắm rồi!

Thành ngạc nhiên:

- Tại sao bắt?

- Không có hộ khẩu.

- Chớ hộ khẩu ở đâu?

- Ở thành phố.

Thành từ ngạc nhiên nầy tới ngạc nhiên khác:

- Đây cũng Sài Gòn mà!

- Nhưng bị đuổi đi kinh tế mới. Cắt mất rồi.

Thành tò mò:

- Công an khu vực có làm khó dễ gì hôn?

Cô bé coi trời bằng vung:

- Có làm khó cũng chẳng ăn thua gì. Con cũng liều! Kinh tế mới thất bại họ bỏ rồi!

Nghĩ hỏi thêm nữa cô bé khai tùm lum thì có khi lại không tốt, anh Thành lảng sang chuyện khác:

- Khách hàng ở đây thường là ai?

- Người trong xóm, dân buôn bán, phu xích-lô.... Mấy đứa bán bánh mì thì hiếm khi, chỉ khi nào tụi nó đợi bánh mì ra lò.

Ngoài đường, tiếng rao "Bánh mì đặc biệt nóng hổi vừa thổi vừa ăn đây," "Bánh mì bơ đặc biệt đây" nhắc cho khách biết trời đã xế chiều. Dưới ánh sáng nhá nhem vàng vọt, từ nóc lò bánh mì bên kia đường, nghi ngút từng cuộn khói đen - như đốt vỏ xe - bốc cao lên nền trời xanh lơ, hòa quyện với bụi và tàn rồi tản mạn vào không gian tưởng chừng tĩnh lặng.

Dù không có phi cơ xuất hiện trên vòm trời, không ai có thể có cảm giác chiến tranh đã tàn lụi hơn mười năm nay. Một loại âm thanh hỗn tạp ồn ào như thường nghe ở chợ cộng hưởng với tiếng chửi thề của đám trẻ khiến người lạ tưởng rằng chúng gây gổ với nhau. Các em nhỏ từ bến xe ngã tư Hàng Xanh tới lấy bánh mì, chưa đứa nào quá tuổi mười lăm và áo quần rách rưới như một lũ ăn mày.

Một lát cô bé nói:

- Dì Năm bữa nay hình như đi vô Chợ Lớn, chắc

tối mới về.

Thành ngồi sát vách ngoài thỉnh thoảng nhìn ra đường. Khi dáng dấp nhỏ thó mượt mà trong bộ đồ soa Thượng Hải của Xuyến xuất hiện từ đàng xa, anh đã nôn nóng đứng dậy. Cách tả của người viết có thể đã làm giảm đi nhan sắc của chị. Ai chưa gặp Xuyến lần nào chắc không thể tưởng tượng nét đẹp mỹ miều và vẻ quyền quý cao sang, đến nỗi nếu được diện kiến dung nhan ấy phải quỳ xuống tôn thờ ngưỡng mộ mà không bao giờ dám mơ màng đến chuyện gối chăn!

Thành hãnh diện đi với người tình vào ngôi nhà lý tưởng. Qua cổng, Xuyến đưa xách tiền cho Thành, trước khi mở khóa, chị cầm tấm giấy lên đọc:

"Xuyến yêu,

Bước mãi mê bên trời kỷ niệm

Khói hoàng hôn lòng bỗng chơi vơi

Ta tìm trong niềm vui mở hội

Đôi mắt nai và mộng đôi môi.

Nguyễn Minh Thành"

Dường như không hiểu, Xuyến ngỡ ngàng nói:

- Ai viết gì bậy bạ vậy?

Như vào mùa Đông bị tạt một ca nước lạnh vào mặt, Thành ngao ngán:

- Chính là anh viết đấy!

- ...

Buổi tối trước khi vầy cuộc mây mưa, Xuyến giao sổ sách cho Thành làm tính cộng trừ nhơn chia. Khi chấm điểm bài toán cho cô học trò nhỏ, ông thầy giáo tiểu học Nguyễn Minh Thành đáng lý chỉ cho điểm vớt năm trên mười, *"Cộng trừ cái kiểu nầy thì cũng có ngày giựt hụi trốn nợ!"* Nhưng anh thấy cũng không đến nỗi bị đì, vì ở nhà còn phải làm công việc nhiều và nặng nhọc hơn. Sáng hôm sau, trong khi hai vợ chồng ngồi ăn sáng nhẹ với bánh mì hột gà và cà-phê, Xuyến cười nhắc lại câu nói của Thành lúc trước *"Hy vọng có dịp làm một cái gì đó để đền đáp!"*:

- Thì từ đây về sau, anh đền đáp cho em đi!

Thành khẳng định:

- Thì anh không lo cho em đây sao?

Song anh cũng chừa một lối thoát:

- ... Trong khả năng của anh!

Chị Xuyến có vẻ an phận:

- Anh lúc nào cũng nói chuyện huề vốn. Coi anh vậy mà khôn. Anh không hứa với em điều gì cả! Nhưng em cũng không biết tại sao em yêu anh?!

Thành phân bua lấy có:

- Tại chưa gặp ai vừa ý, em yêu đỡ vậy thôi! Mai

mốt đây...

Không để Thành nói hết câu, Xuyến bụm miệng anh lại và nguýt một cái dài. Thậm chí chỉ cái nguýt như vậy cũng có thể làm cho nhiều người điêu đứng khi đối diện một vài lần đầu, nhưng anh Thành trông tỉnh táo! Anh chỉ đắm đuối vào buổi tối hôm trước, khi ôm hun Xuyến trong bộ đồ ngủ gợi cảm đúng mức.

Xuyến tâm sự với Thành, trước khi lấy Mạnh, chị cũng đã một lần dang dở. Đám cưới lần đầu tiên và cũng là lần duy nhứt tổ chức tại nhà hàng sang trọng Hạnh Phước ở Biên Hòa với số quan khách có thể nói là kỷ lục thời bấy giờ; Xuyến không biết rõ nhưng hình như ông già làm công chức trong Tòa Hành Chánh tỉnh.

Với giọng trầm buồn, Xuyến mở máy thì thầm vừa đủ nghe:

- Cha mẹ tham giàu gả em cho một ông già lái tàu biển. Lúc đó em mới mười sáu tuổi nhưng như con nít còn nhí nhảnh ham chơi, đã biết gì về cuộc sống vợ chồng! Làm dâu như tôi mọi cho gia đình chồng. Ngoài ông bà già, còn hầu hạ cả mấy đứa em chồng chanh chua đanh đá. Còn chồng thì năm sáu tháng mới lên bờ một lần....

Ôn lại quá khứ, chị than thở cho số phận:

- Tại em tuổi dần, số em khổ!

Thành mơ màng:

- Em khổ chỗ nào đâu?

- Ba chìm bảy nổi! Lận đận hoài! Hồi năm 1980 em cũng gặp một anh, rồi ảnh vượt biên một mình không dắt em theo được. Sau khi qua tới Úc, ảnh liên lạc về và hứa sẽ bảo lãnh cho em. Nhưng không có hôn thú thì làm sao mà bảo lãnh cho được?! Chỉ là câu giờ để lâu lâu về quê có sẵn cơm no bò cỡi vậy thôi!...

Xuyến chán chường nhìn vào mắt Thành, thở dài:

- Còn anh, anh có phận riêng. Chỉ là văn nghệ văn gừng chơi cho vui thôi. Cuối cùng, em cũng cu-ki một mình, đâu có nơi nương tựa!

Xong Xuyến lục trong rương ra trao cho Thành bức thơ viết tay trên một loại giấy ngoại - phía góc trái có huy hiệu và tên của nhà sản xuất - của người phương xa. Thành từ chối:

- Chuyện riêng tư giữa anh ấy và em, anh biết làm gì?

Để chứng minh một thứ tình yêu tuy muộn màng nhưng thành thật, không giấu anh Thành bất cứ một bí mật nào, chị Xuyến nài nỉ:

- Anh đọc đi. Em cho anh xem mà. Ảnh viết thơ hay lắm!

Miễn cưỡng nhưng trịnh trọng, Thành cẩn thận cầm lấy mảnh giấy từ tay Xuyến. Dòng chữ nguệch ngoạc mở đầu bức thơ tình dùng câu mẫu trước thời tiền chiến như của bà chị cả hơn Thành hai mươi tuổi hồi học lớp ba trường làng vẫn dùng: *"Em Xuyến cưng yêu quý nhức của lòng anh."* Vì anh người tình cũ nầy vượt biên bằng tàu nên những dòng chữ viết cũng dợn sóng dù bức thơ viết từ Tiểu bang Queensland trên đất Úc. Trong thơ dùng nhiều đoạn văn mẫu thật kêu *"xa em anh tan nát lá gang vàng," "nhình trăng trăng lặng, nhìn xao sau mờ."* Thành không nhớ hết để ghi lại tất cả. Anh cứ sợ đời nguyền rủa rằng anh tiểu nhơn tấn công người ngã ngựa!

■ nhuận sắc *240612*

10

SỐNG THỪA

Nhậu đã đời suốt một đêm Chúa Giáng Sinh và trọn ngày hôm sau, mãi tới chiều ngày Thứ Năm, Thuận mới ngồi dậy nổi, không nhớ tại sao mình lại nằm trên ghế xa-lông. Tất cả bạn bè đã tan hàng cố gắng từ lúc nào. Nhà rộng thênh thang bốn bề im phăng phắc, chỉ trừ tiếng máy lò sưởi nho nhỏ đều đều vọng lên từ dưới từng hầm, nghe như ở một thế giới khác. Không còn những âm thanh của ban nhạc hỗn hợp do một tên nhạc trưởng tồi đạo diễn "vô... vô... không say không nghỉ," "vô... vô... chơi xả láng sáng về sớm luôn" nữa. Chị Tâm và hai cháu cũng đã theo người bạn gái đi chơi xa chưa về.

Lúc đi lính đầu ngẩng cao, Thuận không chè lá xum xoe như những kẻ hèn nhát, và vô tù cũng ngẩng cao đầu, nhưng bây giờ đầu anh gục xuống. Anh có cảm tưởng cái đầu nặng hơn thân mình: hình như trong sọ bây giờ không còn khối óc anh thường tự hào thông minh, mà thay vào đó là cát-sạn-xi-măng trộn với nước cống gần chuồng heo thành bê-tông đặc cứng như bức tường anh đang dựa lưng vào. Xung quanh quyện mùi hèm, hơi thở chua như của con nít ọc sữa. Khi còn vài hôm nữa, anh mong cho mau tới ngày N. Và bây giờ là ngày N+2 rồi, anh đang tự hỏi "Có phải là Thiếu úy Thuận ngày xưa đây hôn?"

Năm nay mùa lạnh tới chậm, có lẽ đúng như sự nghiên cứu của các nhà địa chất học nói rằng trái đất càng ngày càng nóng. Thuận không nhớ rõ là họ nói trong vòng một trăm năm nay hay một trăm năm nữa, nhiệt độ tăng lên ba bốn độ. Vì vậy mà mãi tới đúng vào ngày Noel, tuyết mới rơi sương sương một lớp bụi mù rồi nghỉ cách nhựt.

Qua khung cửa, Thuận không còn thích thú thưởng thức những hạt tuyết như đóa hoa sáu cánh lưa thưa rơi vô mặt kiếng, rồi trong giây lát chảy xuống, đọng vào bệ đá cẩm thạch có vân xanh màu da trời, hơi nghiêng nghiêng ra ngoài cho nước chảy. Trừ mấy cây trơ trụi giơ xương bên đường, trên các nấc lá hàng thông dọc theo hai bên lối vào đọng ít nhiều tuyết trắng - vẫn chưa phủ hết mặt lộ và các bãi cỏ. Trước đây từng có lần Thuận ngồi hàng giờ như thế nầy để vừa nghe những bản độc tấu êm dịu vừa thưởng thức cảnh thiên nhiên hữu tình mà tại quê anh không bao giờ có. Anh từng làm thơ, để nhớ, để thương, và để thông cảm những con người nô lệ mới một cổ đôi ba tròng.

Nhưng không biết từ lúc nào, từ từ theo thời gian, Thuận gia nhập vào trường phái nầy, trường phái Lưu Linh. Chiều nào cũng như chiều nấy,

Thuận chỉ uống sơ sơ đúng ba lon, "không dám uống nhiều vì còn phải để mai đi làm." Mỗi cuối tuần, thành viên tập họp lại, khi ở nhà nầy khi nhà khác luân phiên nhau, để tìm vui trong men rượu. Trước lễ Noel chừng nửa tháng, Thuận đã gọi điện thoại hú bạn bè hò hẹn gầy độ. Tụi bạn chưa biết rõ có nghỉ một lèo tới qua Tết Tây hay không, nhưng anh tiên đoán hãng sẽ cho nghỉ vì ảnh hưởng của biến cố 11 tháng 9 tại Trung Tâm Mậu Dịch Quốc tế Nữu Ước.

Khi bà xã ngỏ ý rủ anh đi chơi xa, vì kẹt đã hứa với bạn rồi, anh giả vờ nói xa nói gần quanh quẩn đâu đâu rồi gợi ý cho chị Tâm dắt sắp nhỏ đi chơi cho đỡ rắc rối. Ở nhà một mình là đúng như ý chàng mong muốn! Anh bảo với đám bạn "rượu thì hùn còn mồi thì tụi bây mang cái gì thì mang." Riêng anh, anh sẽ làm đồ nhậu hết ý, và "càng nhậu càng bắt." Thiếu úy Thuận sau khi đi tù mười năm về có mở một cái quán nhậu "làm ăn cầm chừng" cho tới khi vượt biên nên kinh nghiệm có thừa. Cơ may đưa đẩy khiến anh trong vòng mười ngày có thể trở thành một thợ nấu siêu đẳng như vậy!

Năm 1975 nếu gặp anh mặc đồ dân sự ai cũng tưởng anh chỉ là một thư sinh, chắc đang là sanh viên của một trường đại học nào đó ở miền Nam. Nếu anh không tự nguyện vào hộp thì chắc không ai cho anh là trốn cải tạo. Không ai có thể nghĩ đó là một sĩ quan trẻ tuổi tài cao khiến cho Việt cộng phải treo cái đầu anh năm mươi ngàn. Dù chưa thêm được một bông mai nữa nhưng Thuận là một sĩ quan trẻ sáng giá của một đại đội trinh sát thuộc một Sư Đoàn Bộ Binh.

Lúc vào tù Thuận mới tròn hai mươi hai, lứa tuổi sung sức và đầy nhiệt huyết. Độc thân nên anh tránh được nghịch cảnh đến nỗi khiến nhiều người nhẹ dạ bán rẻ lương tâm. Mỗi khi nhớ lại chuyện tự nguyện đóng tiền đi ở tù, chẳng những riêng anh, ai cũng cảm thấy như vừa phạm phải một lỗi lầm tắc trách. Năm đầu tiên do bộ đội quản lý, Thuận còn tin tưởng chánh sách của nhà nước cách mạng! Nhưng sau khi ba bốn vòng rào kẽm gai bao quanh có thêm lồng cu ở bốn góc trại, và nhứt là sau nầy chuyển sang trại do công an quản lý và được ở nhà gạch đúc thì anh mới biết rằng mình và cả bọn bị hố. Bài học đào thoát lúc nào cũng ấp ủ trong lòng. Anh cũng không nản chí bỏ mộng, thề không đội trời chung với lũ mặt người dạ thú.

Mỗi lần chuyển trại là thêm một lần rào kẽm gai xiết thêm một chút. Chuyển trại lần thứ ba tới ở nhà tô nền tráng xi-măng trong một thung lũng núi chắn bốn bề thì ngày về càng xa diệu vợi. Thuận tập hợp các anh em đồng chí hướng định sau nầy sẽ làm một cái gì đó dù nhỏ đóng góp cuộc kháng chiến. Ba anh em bắt chước truyện Tam Quốc làm lễ kết nghĩa đào viên tại nhà cầu vào lúc nửa đêm khi tất cả trại tù đang mệt mỏi ngủ say. Dù không có bàn thờ tổ quốc, họ đã long trọng đọc thuộc lòng những lời thề thốt sống chết với nhau. Sau đêm đó họ không còn sợ chết nữa, vì các anh em nghĩ chết với không có ngày ra hình như đồng nghĩa. Thỏa thuận với nhau những mật mã ước hiệu để sau nầy ai về trước thì, ngoài việc tiếp tế cho người còn ở lại, liên lạc móc nối đào thoát làm việc lớn.

Nghe đồn rằng Hà Nội và Hoa Thịnh Đốn đã thỏa thuận với nhau trao đổi mỗi cải tạo viên trị giá một cái máy cày hay máy ủi đất và mấy ngàn đô-la. Và cả bọn trông chờ ngày Mỹ tới bốc nhưng ngày ấy không bao giờ đến với người tù. Đùng một cái Thuận được về, Lý và Thông còn tiếp tục cuộc đời nô lệ khổ sai mãi tới mấy năm sau nữa.

Trong người anh bấy giờ chỉ có cái giấy ra trại là có thể chứng minh anh là phó thường dân Nam bộ. Anh cẩn thận photo giấy ra làm nhiều bản cất giấu nhiều nơi. Theo bạn bè hướng dẫn, anh còn gởi đơn cho Tòa Đại sứ Hoa Kỳ tại Bangkok. Nghĩ là có thể họ không nhận được hoặc là bưu điện bỏ tất cả vô thùng rác, cứ hai tháng anh gởi tiếp một lần.

Những ngày dài chờ đợi cũng chưa thấy tăm hơi vụ đi tị nạn, mà mỗi thứ hai hàng tuần anh Thuận phải mang cuốn sổ trình diện lên đồn công an phường đóng dấu. Để che mắt và lấy lòng mấy đứa trong ủy ban, anh phải tốn cà-phê và thuốc lá có cán trong lúc anh hút thuốc rê hoặc Hoa Mai hay Đà Lạt, đôi khi còn bị tự nguyện bao tụi chúng nhậu cho vui nữa! Chưa được trả quyền công dân, anh nghĩ nhất cử nhứt động không cẩn thận, nhứt là vắng mặt tại địa phương, đều có thể đưa tới rắc rối cuộc đời. Anh Thuận nôn nóng trông chờ ngày ra đi để sớm trở về dựng lại ngọn cờ trên quê hương.

Cuộc họp được tổ chức vào ngày trước đám giỗ ông già tại nhà bà chị trong một vùng quê trong xã Long Thượng thuộc tỉnh Long An. Từ ngã ba Tân Kim theo con lộ đá đỏ có tên là Tỉnh Lộ 18 về hướng Tây chừng hai cây số tới xóm nhà nằm bên tay trái có cái nhà máy xay lúa, đụng căn chòi lá đầu tiên là của chị Sáu. Phía Bắc con đường thuộc xã Hưng Long, quận Bình Chánh, được hưởng qui chế thành phố, chưa "triển khai kế hoạch" hợp tác hóa. Trước kia gia đình chị Sáu cũng ủng hộ cách mạng, và mong cho mau tới ngày giải phóng, hy vọng với chánh quyền mới, đời anh chị và con cái đỡ khổ hơn.

Nhưng sau ngày giải phóng, gia đình chị Sáu được làm chủ tập thể! Hai mẫu ruộng chị Sáu nhịn ăn nhịn mặc mua được lúc trước giờ trở thành tài sản của hợp tác xã, và chị đi làm được chấm công, cuối mùa thu hoạch lúa, "kể như trớt quớt," chị Sáu nói. Như biết trước thời tiết sau nầy ngày càng sẽ nóng hơn, chị Sáu gỡ tôn ra bán cho nhà cán bộ, thay vào đó bằng mái lá dừa! Do vậy, tấm hình ông Chín Chòi ngồi trên bàn thờ có vẻ mát mẻ! Nhưng cũng không bằng ngoài bờ hào. Anh Thuận nói với chị Sáu:

- Để tụi em nhậu dưới gốc chuối ngoài vườn cho thoải mái!

Nói nhậu chỉ là đóng kịch chớ chẳng ai uống bao nhiêu. Lúc đầu, có người đề nghị lấy thêm khách mới đủ chi xài rộng rãi, hơn nữa "nếu thành công thì mình cũng có ít vốn muốn làm gì cũng dễ..." Sau khi tính toán, thấy không đến đỗi nào, vì không phải mua bến bãi, không phải đút lót chạy chọt ai, "tụi nó không thể tin được." Cuối cùng thì quyết định "có bao nhiêu chơi bấy nhiêu, càng ít người càng dễ bảo mật." Và nhóm bạn bè quyết định Toán Công Tác phải:

- Toàn các anh em cùng khóa và chỉ nói rộng cho một vài niên trưởng niên đệ mình biết rõ.

Chính trong tù nhiều bạn thấy cảnh trái tai gai mắt, bạn thù lẫn lộn, cho nên đồng ý điều hợp lý do Thuận đưa ra:

- Bởi vì sau mười mấy năm vật đổi sau dời, khó biết ai ra sao!

Sau vấn đề phân công, người nào có việc đó, chuyện quan trọng nhắc lại là tuyệt đối bí mật. Anh Thuận được giao nhiệm vụ trở về Sài Gòn mở quán nhậu vừa thu thập tin tức tình báo vừa làm chỗ giao liên với nhiệm vụ kinh tài chờ ngày nhổ neo. Chuyến lên đường được võ trang M16 và M79 cùng lựu đạn, với lịnh "chỉ tiến không lùi," và "nhứt chín nhì bù!" Đàn bà con nít theo chỉ làm vướng bận tay chưn. Nếu thua thì nuôi cá, nếu thành công sẽ tìm cách đưa vợ con qua sau. "Việc nước trước việc nhà!"

Khi anh em bàn xong công việc, chị em ngồi nói chuyện gia đình. Chị Sáu mở đầu:

- Hồi xưa mong mau tới ngày hòa bình. Xong rồi, anh chị em mất một nửa!

Anh Thuận nhìn ra đồng ruộng vàng trơ gốc rạ, đỡ lời:

- Hòa bình rồi vô rọ cả lũ!

Chị Sáu ấm ức:

- Hồi đó làm bao nhiêu còng lưng nuôi tụi nó.

Anh Thuận nửa trách nửa than:

- Trước em đã nói mà chị không nghe!

Chị như nói một mình:

- Hóa ra mình bị xí gạt hết!

Thuận nửa ân hận nửa trách móc:

- Do lỗi chánh quyền hết! Không đặt nặng vấn đề chính huấn. Mình thấp cổ bé miệng làm gì được?!

Chị Sáu thở dài:

- Hồi xưa thuế còn hẹn nay mai. Bây giờ đóng góp đủ thứ. Nếu trễ tụi nó xiết đồ, như....

Chị bỏ lửng câu nói. Một lát, chợt chị Sáu hỏi:

- Cậu có tính gì hôn?

Nhưng Thuận chối:

- Tính sao được mà tính!

Bây giờ chị Sáu trách ngược lại:

- Lúc trước ba đã nói mà cậu không lo!

- Không phải không lo, mà em còn lính tráng và đơn vị của em nữa. Em phải chết sống với tụi nó!

Anh vượt biên mang theo hoài bão với lời thề kết nghĩa đào viên trong trại, và cho những con người thời tiền sử đi chưn đất sống lẫn lộn với súc vật trong những nơi không dám gọi là nhà ở khắp mọi miền đất nước anh đã từng đi qua. Ngày đông tháng giá đợi xe buýt đi học và đi cày bán thời gian không làm nản chí anh hùng.

Trong thời gian chuẩn bị hành trang hội nhập vào xã hội mới tại trường đại học, Thuận gặp chị Tâm và hai người yêu nhau. Vì cùng mang một hoài bão và hợp ý nhau trong công tác sanh hoạt học đường, chẳng bao lâu hai người tiến tới hôn nhơn. Dù anh luôn luôn tâm niệm "việc nước trước việc nhà" nhưng từ đây Thuận không sống cuộc đời của một người Việt Nam còn có quê hương, mà bận bịu như một người Mỹ chánh tông. Mùa đông cào tuyết và dọn dẹp nhà cửa; mùa hè cắt cỏ, trim hàng rào, trồng đồ, làm vườn cảnh, và tưới hoa tưới kiểng...; ngoài ra còn phải tân trang nhà cửa đặng "mai mốt nếu có bán sẽ được giá hơn."

Lúc mới sang còn chơn ướt chưn ráo, Thuận may mắn được thằng Trọng con bà chị ruột cho ở chung trong xóm bình dân ở Pontiac:

- Cậu mới qua chưa có credit, mướn nhà khó khăn lắm!

Trong khi Thuận chưa biết ất giáp ra sao, Trọng nói tiếp:

- Cháu không lấy tiền. Cậu để dành sang năm down mua nhà mới.

Tới khi anh chị lấy nhau, thằng cháu muốn dời đến một nơi sang trọng hơn và gần chỗ làm mới, bán rẻ cho căn nhà nầy với giá hăm tám ngàn rưỡi. Nhưng cả anh lẫn chị đều chưa đủ uy tín, thằng cháu Trọng phải bảo trợ mới mượn được tiền ngân hàng trả trong vòng mười lăm năm. Mặc dù cái bục tam cấp bằng bê-tông bước lên cửa trước hơi nứt và xệ một bên, ngôi nhà có ga-ra lớn vào mùa tuyết rất tiện cho hai vợ chồng đi làm, mỗi người một chiếc xe. Đó là chưa kể tới cái lợi khác là gần trường, chỉ cách có năm dặm. Trừ mùa đông, trong ba mùa, hầu như chiều nào anh Thuận cũng chơi với đàn sóc và săn sóc chuồng chim trong sân cỏ sau nhà.

Đôi vợ chồng son Thuận và Tâm lúc nầy mãn nguyện với căn nhà hai phòng trong xóm tĩnh lặng gồm chưa tới mười gia đình toàn những người già về hưu. May mà anh chị chưa có cháu nào, khi anh Lý và anh Thông lặn lội từ miền Nam lên gặp được dành cho một phòng trống. Anh Lý nói:

- Tụi tôi ngủ tạm ngoài ghế xa-lông phòng khách

một đêm cũng sướng chán!

Anh Thuận không bằng lòng:

- Vậy bất tiện! Đầy đủ tiện nghi tại sao mình không hưởng?

Thông phản bác:

- Qua đây đâu phải để hưởng tiện nghi vật chất.

Anh Lý chậm rãi tiếp lời:

- Vật chất nhiều khi cũng làm hư con người!

Anh Thuận hiểu ý, nhưng không phản ứng, tiếp tục bày cuộc nhậu. Trong bàn tiệc, anh Thuận vẽ ra một trời mơ mộng cho những người có chí lập thân:

- Bên mình phải con đảng viên mới ngoi lên được. Ở đây đứa nào chịu học là thành công.

Anh Thông nhắc lại chuyện cũ, Thuận câu giờ:

- Làm cái gì thì cũng phải có bằng cấp thì người ta mới nể.

Với bản tính thẳng thắn, anh Thông vắn tắt:

- Chỉ cần làm được việc chớ đâu cần người ta nể.

Anh Lý thêm:

- Làm việc lớn cần lòng quyết tâm, sự hy sanh, và bầu nhiệt huyết.... Dĩ nhiên có ăn học là điều tốt. Nhưng liệu có còn đủ thời giờ nữa hay không? Ông Nguyễn Thái Học, ông Phạm Hồng Thái, và nhiều người nữa... đâu có bằng cử nhơn!

Thế là anh và Thông anh Lý ra về và ông chuẩn-kỹ-sư-điện tiếp tục học hành để làm cách mạng!

Sau khi ra trường làm việc được chừng khoảng một năm, anh chị Thuận bán cái nhà nầy vì "nó tệ quá!" Kỹ sư nói tiếng Anh suôn sẻ làm bốn năm mươi ngàn một năm mà ở cái nhà hăm tám ngàn rưỡi - dù bấy giờ theo thời giá gần ba mươi hai - không còn hợp thời nữa. Căn nhà mới mua, giá gấp mười lần căn nhà cũ, tọa lạc tại thành phố Troy nổi tiếng sang trọng trong vùng Metro Detroit, vừa lớn vừa có vườn rộng cho anh Thuận hưởng thụ tuổi già, dù anh mới qua cái tuổi bốn mươi đôi chút.

Ít người qua sau nầy mà thành công có nhà cửa lớp trên sang trọng rộng hai ngàn rưỡi bộ vuông gồm bốn phòng ngủ như anh. Anh hãnh diện về sự thông minh của người Việt Nam tị nạn ở hải ngoại. Anh còn hãnh diện mấy đứa con nói tiếng Anh giọng Mỹ như gió, "không biến giọng như mình." Tiếc là anh chị Thuận chỉ có hai đứa con - cậu ấm cũng như cô chiêu - nhưng cũng tạm đủ; chị đâu muốn sanh nở thêm nữa. Mỗi cháu một nơi riêng như người lớn, thành ra nhà còn dư một phòng trống. Anh Thuận thỏa mãn tự an ủi "Thôi để dành cho khách phương xa."

Nhưng anh Thuận cũng chưa hài lòng vì nó nằm sát con đường lớn quá, nên nhiều khi nghe tiếng xe chạy ồn ào. Là kỹ sư xuất thân từ một trường đại học nổi tiếng đào tạo ngành kỹ sư của Mỹ, trường GMI ở Flint, nên mọi chuyện từ cách sống tới cách cư xử phải y như người Mỹ mới hợp thời, anh thích nhà ở miền quê hơn! Rõ ràng chỗ nầy không yên tịnh bằng chỗ của anh Nguyễn Đình Hảo ở Thị trấn Shelby.

Biệt thự của niên trưởng Hảo rộng hình như trên năm ngàn bộ vuông, lại có lan can cầu vồng từ từng dưới lên lầu. Từ đây, với ánh sáng của chiếc đèn chùm giá hơn ngàn đô, người ta có thể nhìn xuống phòng khách sang trọng một màu trắng hơi ngả chút xanh da trời và phòng sanh hoạt gia đình ấm cúng với cái lò sưởi âm vô tường. Nội cái bồn cây cảnh trước nhà, anh Hảo phải tốn tới mấy mươi ngàn tiền vật liệu. Chỉ riêng cái hồ thiên nhiên phía sau nhà mà đã chi thêm năm mươi ngàn tiền đất. Anh Thuận còn thích chiếc tàu của anh Hảo để gia đình đi chơi mỗi cuối tuần nữa.

Nhưng chỉ khi nào lên cái nhà cỡ anh Nguyễn Đình Hảo xong thì anh Thuận mới dám mơ tới giang sơn của đốc-tờ Nguyễn Hoàng Lâm ở Bloomfield Hills, một vùng sang trọng hơn cả Troy. Đi trên con đường Long Lake không làm sao biết được phía sau những hàng cây không tên đó có căn nhà bạc triệu. Vào trong mới thấy người có địa vị và có tiền ở Mỹ lâu biết cách hưởng thụ cuộc đời sung sướng của một người Việt lưu vong!

Choáng ngộp trước vẻ xa hoa lộng lẫy của đồ trang trí nội thất, Thuận hãnh diện được anh Lâm chơi, đối xử thân tình như anh em. Lúc chưa có Viagra, đốc-tờ Lâm đã bày cho Thuận nhiều loại thuốc đặng "về bển chơi, con gái nó mê chết bỏ!" Trong khi đó, anh bác sĩ vẫn đứng một khoảng cách xa với người đồng hương, nhứt là những người mới tới. Hồi anh Lâm đi Mỹ học không có gặp một người Việt nào cũng đâu có sao! Thậm chí, theo anh Lâm, không nói tiếng Việt càng tốt. Cho nên gặp đồng hương, anh Lâm giả vờ là người Tàu, nhưng nhiều người nhận ra gốc gác ông đốc-tờ con của một điền chủ miền Tây nầy. Anh đốc-tờ tâm sự với Thuận:

- Chỗ nào có người Việt thì có lộn xộn.

Thuận phân bua:

- Cũng tùy người chớ ai cũng vậy sao?

Anh đốc-tờ Lâm chọn lối quan hệ giữa người với người:

- Chơi chẳng có lợi, tránh tốt hơn!

Khi Liên-xô sụp đổ thì Việt Nam đưa ra chánh sách đổi mới, nói là mở cửa cho ngoại quốc vào mua bán làm ăn, kêu gọi Việt kiều về giúp xây dựng đất nước. Anh Lâm nghĩ "Vượt biên thì còn hơi sợ chớ mình là bác sĩ lại xuất du từ 1972 thì đâu có gì phải lo." Và anh đã áo gấm về làng mấy lần, "Dễ lắm. Không ai làm gì mình hết, miễn là đừng phản động thôi!"

Đốc-tờ Lâm không phản động, nhưng ông già

điền chủ Nguyễn Hoàng Sơn bị tử hình về tội phản động vì có con làm CIA. Một năm sau khi anh Lâm xuất dương, ông già bị kẻ bí mật bắt mất tích nửa tháng mới tìm được tử thi với bản án xử tử hình "tên Việt gian phản động" nầy. Sau đó người ta biết được sở dĩ không giết liền vì họ còn cố thuyết phục ông điền chủ ủng hộ kách mệnh. Thuận không biết bây giờ anh Lâm còn "làm CIA mới được Mỹ Ngụy cho đi Hoa Kỳ bồi dưỡng" không! Từ đó, bà cụ "tự nguyện" ký giấy hiến tất cả ruộng vườn nhà cửa cho kách mệnh, rồi trốn lên Sài Gòn ở luôn không dám mò về quê nữa.

Nhắc tới ông bác sĩ Lâm đi du học hay tu nghiệp năm 1972 rồi kẹt ở luôn, anh Thuận lại buồn cho thân phận mình. Anh tiếc rằng tại sao hồi đó mình không rán chạy chọt để đi du học rồi bây giờ phất như người ta! Mấy thằng bạn cùng lứa ngày xưa học còn đù hơn Thuận đi du học mà cũng kỹ sư, bác sĩ, thạc sĩ, thậm chí có thằng tới tiến sĩ... chẳng coi mình ra gì.

Nghĩ lại, cho dù muốn, gia đình không sẵn tiền của làm sao kham nổi. Anh tự lập thân vừa làm vừa học, phải phấn đấu lắm mới bò lên đại học nổi. Còn đám bạn bè te tưa như mình hồi xưa mà nhanh chưn dzọt lẹ bây giờ ở nhà cao cửa rộng có đứa thì lợt lạt, có đứa cũng không muốn nhìn mình. May mà anh đã xuất thân từ một trường đại học nổi tiếng. Anh phải phấn đấu nữa, phải học thạc sĩ, rồi phải lấy bằng tiến sĩ "mới có thể nói chuyện với tụi nó được."

Mà hồi xưa anh đâu có muốn chạy chọt để tránh né nghĩa vụ của một người trai thời loạn. Lúc còn được hoãn dịch vì lý do học vấn, anh đã tình nguyện vô lính, chớ nào đã gọi động viên. Anh vốn khinh bỉ lũ hèn nhát tham sanh úy tử và cái đám con ông cháu cha ăn trên ngồi trước sống trên mồ hôi nước mắt và xương máu đồng bào. Có lần anh nghĩ nếu có quyền thanh lọc xã hội, anh sẽ tàn sát cái đám sâu bọ làm người nầy! Ngày có lịnh đầu hàng anh đâu đã buông súng. Nửa tháng sau thì anh thấy không còn hy vọng gì nữa.

Tuy nhiên anh không can đảm như Thiếu úy Huỳnh Văn Thái, thuộc binh chủng Nhảy Dù, cầm cự tới phút cuối rồi tự sát bằng lựu đạn chung với đám lính tại Chợ Lớn ngay sau khi có lịnh đầu hàng. Sau khi tập họp nói chuyện với số anh em còn lại lần chót, biểu ai về nhà nấy, anh trốn về nhà và mãi hơn hai tuần sau nữa mới dám trình diện. Vào tù anh chứng minh được khí phách của một người chiến sĩ tự do. Ra tù thì anh nhận ra thực trạng xã hội miền Nam lúc trước đều chưa thấm vào đâu. Thuận tự nhủ "Phải ra đi tìm đường cứu nước." Và anh đã tìm đường đi từ thành phố Pontiac nghèo khổ lên tới vùng Troy phồn vinh!

Lần nầy anh Thông và anh Lý trở lại chính là lúc Thuận đang dọn về căn nhà mới giá hai trăm bảy mươi ba ngàn. Nhà mới thì đồ trang trí nội thất phải mới, mà phải đồ có giá thì mới xứng. Xa-lông, tủ đứng, tủ buffet, giường, bàn ghế... nếu của Mỹ thì phải làm bằng gỗ oak, còn hàng của Trung cộng thì phải gõ đỏ, cẩm lai. Anh Thuận chịu chơi dám bỏ một ngàn năm trăm đô mua một cái đồng hồ quả lắc có chữ Made in China để chưng làm cảnh ngay cái chỗ hễ từ cửa bước vô thì thế nào khách cũng phải nhìn thấy trước tiên.

Quả thật, hai anh cảm thấy tối mặt trước trò chơi trưởng giả của đồng chí Thuận. Lần trước, anh Thông còn hy vọng sau khi ra trường đặng "có bằng cấp ăn nói với người ta," Thuận sẽ tiếp tục cuộc hành trình. Biết anh Thuận có vẻ không muốn cầm khách ở lại chơi lâu, anh Lý nói:

- Tôi muốn ngâm bài thơ nầy cho các bạn thưởng thức.

- Bài thơ gì?

- Lời Phạm Thái.

- Phạm Thái vì mê Trương Quỳnh Như mà hư chuyện...

- Dù hoàn cảnh mình không hoàn toàn giống với Phạm Thái nhưng không khác nhau mấy.

Rồi anh Lý ngâm, trong đó có đoạn anh muốn nhấn mạnh:

"... Ôi chí lớn ngang tàng trong thiên hạ

Đựng chưa đầy đôi mắt của giai nhân

Nhắc làm chi chuyện nước với chuyện dân

Dân với nước mặc ta say cái đã

Thơ với rượu... gã Chiêu Lỳ xỏ lá

Chí phục Lê đành bỏ lỡ thời cơ

Ta thấy ta hèn nhát cứ đợi chờ

Thời để lỡ chết già nơi đất khách!

Gươm Phục Quốc đêm ngày đeo bên nách

Ta thấy ta đeo nhục ở bên mình

Và ta thấy chiều nay ta buồn bã

Ôi chí lớn ngang tàng trong thiên hạ

Đựng chưa đầy đôi mắt của giai nhân!"

Vì anh Thuận đang học thạc sĩ rồi sẽ lấy tiến sĩ đặng làm cách mạng, anh Lý và anh Thông về không thấy trở lại lần nào nữa!

Bên ngoài tuyết rơi từng chập từng chập càng lúc càng dày phủ trắng bầu trời an bình Bắc Mỹ. Thật thơ mộng cho những kẻ hạnh phúc ngồi trong nhà nhìn tuyết rơi qua khung cửa kiếng. Ở tận phương trời xa, có những người lầm lũi đi ngoài sương gió. Có những người không hưởng ân sủng nào của miền Nam và cả những người được đào luyện từ lò xã hội chủ nghĩa miền Bắc. Vang vọng tiếng thét bi tráng vào mặt bạo quyền của anh hùng Trần Văn Bá trước giờ hành quyết trong pháp trường lập vội đầy lũ chó vàng. Từng đoàn thân xác người biết đi, tả tơi trong manh áo rách, trở về chuồng sau một ngày lao động khổ sai. Thuận thẫn thờ nhìn vào bóng đêm xuống tự bao giờ. Trong nhà là một khoảng không gian rộng ở nhiệt độ 70F ấm cúng, vắng tanh, không đèn. Ý nghĩ "Có phải là Thiếu úy Thuận ngày xưa đây không?" cứ lởn vởn trong đầu.

Sống nơi đủ tiện nghi ấm cúng như những người giàu có sang trọng bên quê hương, anh còn cảm thấy cái lạnh của những kẻ sống trong căn nhà trống nóc gió lùa trong ấp Long Thới và những kẻ ngủ trên manh chiếu rách che bằng bốn miếng cạc-tông dưới gầm cầu dọc con kinh Tàu Hủ. Ăn uống dư thừa của ăn của bỏ, anh còn nhớ lại cảnh đói triền miên trong mười năm làm con bà phước. Không ít bạn tù đã ra đi vĩnh viễn chỉ vì suy dinh dưỡng. Trong tiệm ăn, trong quán nhậu, những bộ xương chờ khách xong vừa để tô xuống bàn là chụp lên húp lấy húp để như sợ người khách đổi ý. Sống trong cảnh tự do, bạn bè nhậu nhẹt hai ngày trời, cảnh sát không hề hỏi thăm sức khỏe, cũng như lúc từ Pontiac đổi về Troy, anh đâu có trình đổi hộ khẩu, khiến anh nhớ lại cuốn sổ trình diện, những tờ giấy tạm trú tạm vắng, và thái độ của thằng công an khu vực.

Bỗng nhiên Thuận xúc động nhớ lại đã có lần, trong chuyến về thăm quê hương, khi anh thả bộ ngang vườn hoa gặp một cô bé lem luốc khoảng mười ba mười bốn tuổi lên tiếng mời gọi:

- Chú ơi! Chơi cháu đi chú! Cháu đói quá!

Quá mệt mỏi, Thuận thiếp vào giấc ngủ chập chờn. Và trong mơ, anh thấy đầu mình nặng quá không đứng dậy đi bằng hai chưn được!

■ nhuận sắc *240612*

11

TÁI HỒI KIM TRỌNG

Khi đứa con cuối cùng lập gia đình thì trong nhà chỉ còn lại hai vợ chồng già: Ông Nguyễn Văn Hân và bà Nguyễn Thị Lạc. Cả hai dù chưa được xếp vào loại người Việt cao niên để hưởng tiền già, nhưng đều trên năm mươi, nếu nói cho văn hoa một chút thì thuộc lớp tuổi xế bóng hoàng hôn. Hai ông bà lại làm khác ca nên ít khi gặp nhau. Lúc bà ra xe đi làm thì ông say giấc, khi bà về thì ông đã đi làm. Trái lại, khi ông về nhà thì bà đã ngủ, còn chừng bốn tiếng đồng hồ nữa thì phải dậy đi làm. Ông phải rón rén từng bước âm thầm mò lên giường, nằm một bên xa xa không dám đụng bà. Vì nếu lỡ bà thức giấc thì bà ép giấc ngủ lại rất khó. Nhưng bà lại là người sẽ thức, chỉ cần một bước chưn không cẩn thận đặt lên cầu thang là bà biết liền.

Hai người ngày càng như hình với bóng, chỉ gặp nhau vào cuối tuần. Nhưng nghề của ông lại làm cuối tuần mới có tiền. Thứ Bảy và Chủ Nhật thì ông phải leo lên xe vào lúc mười hai giờ trưa, mãi tới gần một giờ sáng hôm sau mới về tới nhà. Nhiều lần bà cằn nhằn "Thiếu ngủ đi làm mệt quá!" Ông biết vậy nên làm thinh. Tới khi không còn chịu nổi nữa thì ông dọn sang phòng bên ngủ một mình cho thoải mái.

Ông lại còn chiếm thêm một phòng trống nữa làm văn phòng. Nếu có người lạ nào bước vào ắt tưởng ông bà già mà còn con nhỏ hoặc các cháu ở chung, vì trong phòng bày la liệt giấy tờ, sách vở, báo chí đến nỗi không có lối đi vô. Từ cửa ngoài muốn bước vào đến cửa sổ bên trong để vén màn nhìn ra vườn hoa phía dưới thì thế nào cũng dẫm lên một cái gì đó dưới chưn!

Ngang tầm nhìn, tất cả là bốn cái bàn lớn nhỏ đủ cỡ choáng hết hai cạnh của căn phòng khá lớn. Chỉ mấy món đồ nghề trên mặt bàn thì tương đối nghiêm chỉnh hơn một chút. Hai cái máy vi tính, máy in, máy đánh chữ, máy scanner, truyền hình, radio, một cặp loa... sắp xếp theo thứ tự khiến ông ngồi trên cái ghế da có năm bánh xe có thể làm việc cùng một lúc mà không cần phải đứng dậy. Ngoài mấy cái dụng cụ trên, lại cũng giấy tờ, sách vở, kính lúp, băng video, băng cassette, đĩa CD, bill bọng, quảng cáo, đến cả những mảnh vụn xé từ bao thuốc lá hay miếng giấy chùi miệng chỉ ghi vài hàng chữ hoặc một số điện thoại. Thậm chí có bịch bánh chíp khoai lang tây và chai nước lạnh đang dùng dang dở nữa! Người Long An có óc khôi hài so sánh như là cái nhà lồng chợ Cần Đước tan rồi mà lao công chưa quét dọn!

Từ khi ông dọn nhà thì phòng ai nấy ngủ, việc ai nấy làm, hai ông bà càng ít gặp nhau. Mỗi Thứ Năm hàng tuần - ngày bà lãnh lương, ông chỉ ký cho bà một cái check mấy trăm đồng đại khái tương đương với số tiền lương của bà, để tại bàn ăn. Bà ký tấm check đó và tấm check của bà xong để lại chỗ cũ. Trưa ngày hôm sau, ông tập trung lại rồi sẵn chiều đi làm ông bỏ nhà băng.

Riêng sáng Chủ Nhật, bà dậy sớm làm thức ăn cho mấy đứa con cháu tới chơi trong khi ông còn ngủ. Đến khi thức dậy ông chỉ uống một ly cà-phê, nói vài câu với con, và trước khi... hút thuốc, nựng mấy đứa cháu ngoại rồi đi. Sau khi ăn uống xong mấy đứa nhỏ dắt nhau đi mua sắm; vì kỵ rơ với thằng rể nên một mình bà thui thủi ở nhà.

Dù ngủ chung cũng chẳng nên cơm cháo gì, nhưng ngủ một mình bà cũng cảm thấy lạnh lẽo. Bà lại có tính hay sợ ma nữa nên càng thấy cô đơn. Bà buồn cho số phận có chồng cũng như không. Thời gian gần đây hai ông bà thường hục hặc. Đứa con gái lớn làm nhà ngoại giao bất đắt dĩ khi nói chuyện năn nỉ ông, khi sang thuyết phục bà mà không có kết quả. Cố dàn xếp hoài không được, cô Thùy mang chuyện tâm sự với một bà người Mỹ trong sở làm thì được cố vấn rằng: hai ông bà phải ngủ chung và phải chọn một cuộc du lịch đi chơi xa thay đổi không khí, may ra mới có thể hàn gắn được.

Ông giã từ vũ khí đã lâu, nhưng bà lại thích thú

đề nghị nầy. Nhơn dịp đơn vị cũ của ông tổ chức hội ngộ, bà lại nôn nóng, "Mang tiếng ở Mỹ mười năm mà chưa biết Cali ra sao!" Trong khi ông chần chờ thì bà lại bảo đứa con gái lên mạng mua vé máy bay. Bà Lạc cứ hối thúc ông Hân liên lạc hãng máy bay mướn khách sạn ở cho được tự do chớ bà không thích làm phiền bạn bè! Ông Hân lại muốn có dịp sống lại cái không khí thân tình khói lửa ngày xưa:

- Ở khách sạn lại phiền hơn. Người ta phải đưa rước. Còn mướn xe thì mình đâu biết đường sá gì!

Chuyện bàn thảo chưa ngã ngũ thì, kế đó, sau trận khủng bố 11 tháng 9, lại đến chuyến bay số mấy của hãng hàng không American Airline bị rớt ở Nữu Ước nữa, bà lạnh cẳng không dám đi. Ông-chưn-đi mà chưa có dịp nên điếc không sợ súng:

- Vé lỡ mua kiểu nầy không đi phải mất.

Dù tiếc tiền nhưng bà vẫn còn rét:

- Chỉ có mấy trăm! Bỏ luôn sang năm êm êm rồi đi cũng chưa muộn.

Biết thuyết phục và năn nỉ không được, ông bèn cười nói khích:

- Hay để mình anh đi. Có gì em lãnh tiền bảo hiểm!

Thế là bà đành chịu thua vì thà chọn hên xui may rủi chớ ai lại ở nhà để "lãnh tiền bảo hiểm" chi cho mang tiếng! Trong mấy mươi năm kết nghĩa, tính ông kín đáo ít khi biểu lộ tình cảm nhưng bà là người phụ nữ đầu tiên và duy nhứt đi vào cuộc đời ông. Từ khi ở tù về ông lại đổi tánh, buồn vui bất thường, và hay nổi nóng. Bà biết ông bị ẩn ức tâm lý và sanh lý. Hai năm nay hai ông bà không còn ăn nằm với nhau nữa, nhứt là từ lúc bà đi giải phẫu lấy vòng xoắn đặt từ hồi sanh thằng út. Bác sĩ bảo:

- Phải giải phẫu cắt bỏ tử cung.

Bà quá ớn cái chuyện chụp thuốc mê, phân vân hỏi lại:

- Nếu không cắt thì có sao hôn?

Bác sĩ lo lắng nói:

- Giao hợp thì thấy buốt trong dạ con, và ngày hôm sau thì mỏi gối đứng không muốn vững.

Đứa con đi theo cười với bác sĩ:

- Không sao. Ba má tôi đình chiến rồi!

Bác sĩ nhìn bà như tiếc rẻ, trong khi bà không lo cái chuyện nầy vì bà còn thú vui khác. Đi làm, bà chăm chỉ như đi học. Ở nhà, bà phục vụ ông như làm dâu, và chăm sóc ông như ông là con nít, vì ông mắc phải bịnh không thèm ăn như đàn bà có bầu. Ngoài ra, bà còn thích dọn dẹp nhà cửa và làm vườn nữa, vì ngày xưa bà là dân chợ không biết vườn tược ruộng nương. Cuối tuần chơi với cháu, nấu nướng cho các con về chơi. Bà mãn nguyện các con đã học hành xong và thành gia thất.

Tuy nhiên, đôi khi bà Hân cũng cảm thấy như bị thiệt thòi, nên cũng muốn làm lành, "Nhưng mà anh phải ăn uống cho thật nhiều vào. Vậy mới có sức!" Dù không chánh thức nói ra, cả hai ông bà đều biết chuyện gì sẽ xảy tới sau khi đi du lịch về - thậm chí trong chuyến du hành - như là kết quả tất yếu của giải pháp hấp hôn mà bà cố vấn nọ đã đề nghị.

Theo sự gợi ý xa gần của bà, trước khi lên đường ông đã đi shopping CVS, một loại nhà thuốc tây ở Mỹ. Trước nay từng nghe nói nhưng ông chưa tận mắt thấy bao giờ. Mà hỏi nhơn viên bán hàng thì ngượng. Đối với đám bạn già lại càng phải giữ bí mật, chớ ai lại đi tâm sự cái chuyện phòng the! Ông đoán đúng là cái đó phải bán tự do ở quầy chớ không thể nào bán theo toa bác sĩ được, nhưng lại không biết gọi tên nó là gì!

Mất ba buổi - mỗi buổi một tiếng đồng hồ - mới gặp của quý. Trojan-enz America #1 để lẫn lộn chung với thuốc khác, gần ngay chỗ Drop Off, không có hình minh họa như ông nghĩ, mà sau nầy ông mới biết hình và hướng dẫn ở bên trong hộp, chớ ai lại in bên ngoài?! Mà riêng loại nầy không cũng đã có tới bốn năm thứ, giá cả từ $2.49 đến $3.79 cho loại ba cái, $11.79 cho một lố.

Trông ông già với cặp kính lão xề xệ lọ mọ đọc mấy hàng chữ nhỏ xíu không khỏi buồn cười. Theo thói quen của những người lớn tuổi, ông nghĩ: "Ở đâu cũng vậy: tiền nào của nấy. Có tốt mới đắt tiền!" Ông còn nghĩ đến lúc ấy "Lâu lắm mới có dịp, phải gò cho thật chất lượng mới được!" Cuối cùng thì ông chọn cái cao giá nhứt, trong đó có hàng chữ "Made From Premium Quality Latex" và "Lubricated: For Comfort and Sensitivity," ăn tiền ở hai chữ Comfort và Sensitivity, khi hành sự sẽ cảm thấy hây hơn! Ông giấu kỹ vào túi trong của bộ đồ lớn vì ông tự biết mình hay quên sợ móc ra móc vô sơ ý nó rớt ra ngoài!

Nhưng chuyện ông tính cũng không bằng trời tính, cho nên ông Đào thấy được. Ông Hân đành phải thật thà khai báo, và ông Đào được tôn lên làm cố vấn hôn nhơn tình cờ. Ông cố vấn nói:

- Lúc được bảo lãnh qua thì bà xã tôi đã ngoài bốn mươi lăm. Đứa nhỏ nhứt cũng đã mười mấy tuổi.

Cho nên bà Đào cứ lo ngại:

- Lớn tuổi sợ có bầu kỳ!

Ông an ủi:

- Má đừng lo. Ba đã có đồ nghề!

Thế là ông lại phải cần tới nó. Nhưng bà vẫn không hài lòng. Nhứt là sau khi khám phá ra lúc bà chưa qua, ông Đào có ăn ở như vợ chồng với một người phụ nữ nào đó, bà đòi chia tay, cho nên ông phải cầu viện đến bửu bối. Ngoài ra ông còn tẩm bổ bằng tổ yến:

- Cái nầy hơi đắt nhưng như thuốc tiên!

Ngồi nhăm nhi nước trà, âu yếm nhìn bà Đào bày cho bà Hân cách rửa và gạn tạp chất và nấu nướng như thế nào, ông Đào cười có vẻ thỏa mãn:

- Gọi là thuốc Khỏi Ly Dị!

Ông Đào đặc biệt thân tặng cho chiến hữu già hai viên Viagra màu xanh da trời nhưng rồi ông Hân cũng bỏ đâu mất. Mà nếu còn thì không biết ông Hân có dám thử hay không. Thật ra thì ông Hân nghĩ ông không dám, cứ sợ bị phản ứng phụ chết bất đắc kỳ tử thì bỏ dở công việc, chỉ thích thú cái vụ ổ yến. Bà Đào nhìn bà Hân vừa tâm sự vừa như chữa thẹn:

- Hay lắm! Chẳng nói cái vụ kia, bệnh đãng trí cũng khỏi.

Từ khi dính vô cái nghề làm báo chùa thì ông Hân lại mang thêm cái bịnh hay quên. Nhiều khi vật để trước mặt hay đang cầm trong tay mà ông đi tìm hết chỗ nọ tới chỗ kia. Một hôm về nhà thấy tự nhiên phòng sạch sẽ, gọn gàng, ngăn nắp, ông mừng là có bàn tay bà mó vào. Nhưng như chợt nhớ ra điều gì, ông hỏi:

- Em có thấy miếng giấy bạc bao thuốc để chỗ cái con chuột hôn?

- Cái con chuột là cái gì?

Ông kiên nhẫn dắt bà lại chỉ cái con chuột:

- Là cái nầy nầy.

Phải mất một tiếng đồng hồ để soạn trong đống xà-bần tìm một miếng giấy nhỏ có ghi địa chỉ của người nào đó mà không ra, ông không giữ bình tĩnh được nữa:

- Đã biểu đừng động tới đồ của anh!

Biết tánh ông hay nổi quạu bất thường, bà vốn hay nhịn, bỏ đi xuống lầu làm chuyện khác. Sau khi tự quậy um sùm, bỏ đi tắm, hay đi hút điếu thuốc cho tâm hồn trở lại bình tĩnh thì tìm được, ông lại giả lả với bà:

- Anh phải để như vậy anh mới nhớ!

Nếu nói tính ông vô tổ chức thì cũng oan cho ông. Giấy quảng cáo mấy món cần thiết để một ngăn, thí dụ chỗ in hai trăm cái ngân phiếu chưa tới năm đồng, cái ID caller bảy đồng, bốn mươi hai con tem mỗi con có hình tổng thống Hoa Kỳ từ lập quốc cho tới Clinton mà chưa tới năm đồng; thơ từ ông xếp theo thứ tự ưu tiên Một và ưu tiên Hai đàng hoàng; bài vở độc giả gởi tới để riêng. Bill trả tiền để vào cái ngăn quan trọng và dễ thấy nhứt, nhưng thường thường ông lại quên xem cho tới một hôm lục tìm cái gì đó thì lại thấy là quá hạn cho nên ông vẫn cứ trả tiền phạt hoài hoài. Ông nghĩ cái khế ước thì mình đã đọc và ký tên đàng hoàng, gọi xin thế nào được, cái lý của mình ở đâu?! Bà cũng biết trễ thì bị phạt nhưng cãi chài cãi cối với nó nhiều khi cũng được việc.

Không thoát khỏi sự thường tình của đa số những người xử sự bằng cảm tính, lúc như thế nầy, và đồng thời cũng giữ thể diện cho ông, bà thường cầu viện tới cô con gái:

- Hay là anh bận không gọi thì để nhờ con Thùy gọi xin nó tha.

Ông an ủi:

- Chớ mình không cho nó ăn một xu lời thì nó lấy gì mà điều hành doang nghiệp của nó!

Bà dễ dãi tiếp lời:

- Cho nên lâu lâu anh tặng không cho nó hai mươi chín đồng!

Đôi lúc bà can ông đừng dùng thẻ tín dụng nhiều:

- Lúc nầy kinh tế xuống, tụi nó làm ăn không còn thật thà như lúc trước!

- Nhưng mình có mua vé tại travel agent đâu mà trả check hoặc tiền mặt được?

Nhiều người bạn cùng lứa đã qui tiên ở lứa tuổi chưa tới sáu mươi, nghĩ mình cũng gần đất xa trời, ông buồn buồn nói thêm:

- Không còn bao lâu nữa cũng nên đi cho biết đó biết đây. Sang năm đi Âu Châu chơi. Chuyến nầy thì xuất hành Cali đặng xem thời vận thế nào?

Trong bốn ngày du lịch tại đất Tiểu Sài Gòn, bà Hân có vẻ vui và trẻ hẳn ra. Lối sanh hoạt quen thuộc như trên chính quê hương và khí hậu mát mẻ, nhứt là tiểu yến đại yến liên miên. Điều đó hợp với bao tử của bà nhưng tiếc là bà không ăn nhiều một lần được mà chỉ trong mươi mười lăm phút là bà thấy no ngang. Bà tâm sự với bà Hải:

- Tôi có cảm tưởng như ở chợ Bến Thành ngày xưa!

Biết hoàn cảnh ông bà Hân muốn bỏ Michigan, nhưng chưa biết nơi đâu là đất lành chim đậu, bà Hải năn nỉ:

- Hay là anh chị di chuyển qua đây. Thời gian đầu vợ chồng em giúp cho. Bên nầy dễ làm ăn lắm.

Bà dường như xiêu lòng nhưng chưa quyết định chuyện nầy được vì dù sao cũng phải bàn với ông xã chớ đâu có hứa bừa. Nhưng có điều thấy rõ là hình như bà vốn chậm chạp chợt thấy hơi nặng nề thêm một chút. Cái lưng quần gài nút khó khăn, khi ngồi bà phải mở nới ra cho thoải mái. Đó là chưa kể bà gặp và quen nhiều bà lái phi công mới, mà hồi xưa bà ở Biên Hòa nuôi con đâu có biết chuyện ở Cù Hanh.

Còn ông thì khỏi phải nói, hai mươi sáu năm trời gặp lại chiến hữu sống chết có nhau trên vùng lửa đạn. Từ giã mà như vĩnh biệt vì trong thâm tâm mỗi người đều nghĩ chỉ có thể sống tới chừng mười năm nữa thôi, mà chưa chắc còn đủ mặt:

- Hy vọng kỳ hội ngộ sau mình còn gặp lại!

Chuyến máy bay chở cặp tình nhân hơn ba mươi lăm năm mới hấp lại đáp phi trường Detroit Metro đã quá nửa đêm. Hai ông bà không còn nghĩ tới thảm cảnh Nữu Ước và không quan tâm tới chuyện khủng bố nữa. Họ cảm thấy gần nhau hơn như chưa bao giờ gần. Thỉnh thoảng ông nắm tay bà tìm cảm giác lâng lâng ngày nào từ ba bốn mươi năm về trước. Đó là lần đầu tiên ông hun bà, chỉ hun thôi, trong tình yêu vụng dại của một thằng con trai mới lớn chưa lên đại học; còn bà thì sau phút giây khai phá ngây ngất đầu đời lại sợ có bầu!

Bà để yên bàn tay trong tay ông, rung động, mong mỏi, nôn nóng, thấy hạnh phúc tràn trề như lúc trên chuyến xe đò từ Biên Hòa ra Pleiku thăm ông khoảng ba mươi năm về trước. Những lúc như vậy cả ông lẫn bà đều không có thói quen nói nhiều như lúc bình thường, chỉ mong mau tới ngôi nhà lý tưởng. Cũng chiếc xe Grand Am màu cánh dán nhạt đó bà đi làm hàng ngày, nay mang niềm vui mới về ngôi nhà cũ, lý tưởng và mộng mơ. Sáng hôm sau lúc tỉnh dậy, bà Hân lại thấy lo, âu yếm bảo ông:

- Lúc đó em phê quá nên quên biểu anh mặc áo mưa!

■ nhuận sắc *240612*

12

GIA ĐÌNH ÔNG CHÍN CHÒI

Ông Chín dọn về ở xóm Phước Hưng sau Hiệp định Đình Chiến năm 1954. Từ Lộ Đất nhìn ra sông Đôi Ma hầu như là một vùng nhà hoang vườn trống mà theo người dân kể lại là do chánh sách tiêu thổ kháng chiến của cách mạng trước đây. Chỉ những gia đình có công tác mới bám trụ giữ làng. Họ làm ăn cầm chừng như chỉ cần đủ để nuôi quân.

Thời gian gậm nhấm đất đai mà lại dung dưỡng cho cỏ dại, để mặc chúng mọc đầy vô tổ chức. Những con đường đồng trở nên quá hẹp đến độ hai người đi ngược chiều khó tránh nhau. Người mang vác cồng kềnh phải để quang gánh xuống cho người kia bước qua, rồi đi tiếp, hoặc sẵn dịp ngồi quạt mồ hôi và nghỉ xả hơi luôn.

Trong sắc nước màu ngà, ruộng nương đầy những cây điên điển và bồng bồng phủ rong rêu màu xanh tái. Đỉa không tính bằng đơn vị mà tính bằng trăm hay ngàn. Chỉ cần một cái khoát nhẹ ắt mặt nước trở thành màu đen đầy gia đình nhà đỉa.

Tối đến là thế giới của muỗi mòng, bù mắt, tiếng cú, và tiếng vạc ăn đêm.

Lúc đầu ông Chín cất một cái chòi lá trên khu vườn hoang ở với hai thằng con trai, đứa lớn chín tuổi học lớp Tư, còn đứa nhỏ chỉ mới lên năm. Không ai biết tên thiệt của ông nên gọi là ông Chín Chòi. Cũng không ai biết ông từ đâu tới và có còn nội tướng hay không. Nếu không quen, người ta không nghĩ ông là con út của một ông quan tiến sĩ vào cuối triều Nguyễn.

Một người học hành dang dở ăn chơi cờ bạc lại có thể vỡ hoang 2,2 mẫu ruộng của bà chị ruột mấy năm nay không người canh tác. Chủ ruộng là bà góa phụ của ông Hương giáo Châu Văn Được vẫn đóng thuế cho cách mạng đều đều từ 1941 hay 1942 gì đó. Và hình như vẫn đóng mãi cho tới năm cách mạng hoàn toàn thành công thì khỏi phải đóng nữa vì bà không còn một miếng đất cắm dùi. Kịp đến khi chánh phủ Mỹ-Diệm miền Nam ban hành chánh sách tư hữu hóa thì nói chung vùng nầy đã thành một đồng lúa vàng bát ngát được đánh giá là nhứt nhì toàn quốc, ý nói miền Nam hồi đó.

Trước sau ông Chín Chòi và bà con lối xóm sống bình yên chỉ được năm sáu năm thì những người kháng chiến cũ bắt đầu rục rịch làm cách mạng mặc dù Mặt Trận Dân Tộc Giải Phóng Miền Nam Việt Nam mãi tới hơn một năm sau tức là cuối tháng chạp, năm sanh con Út mới chánh thức thành lập. Do mấy anh hồi cư đạo diễn, bắt đầu có những cuộc họp hành động viên tinh thần nhơn dân nổi lên chống Mỹ-Diệm. Cán bộ đọc trong cuốn tập viết tay bèn vẽ ra cảnh thiên đường trong tương lai khi cách mạng thành công thì mình làm chủ, mình làm bao nhiêu thì hưởng bấy nhiêu chớ không ai bóc lột mình hết. Lúc ấy tha hồ mà hưởng thụ chớ không còn cảnh ăn bữa nay lo ngày mai như bây giờ nữa. Sống cực khổ quá, bà con lối xóm nghe mà mát ruột mát gan, dốc hết tài sản và phục vụ cách mạng hết mình.

Không biết từ lúc nào và ai bầu hay ai chỉ định mà chị Tư Đức làm Trưởng ban Nữ Công và chú Chín Téo làm Trưởng ban Thanh Niên. Chị Tư có chồng hy sanh cho cuộc kháng chiến trước, còn chú Chín là dân hồi cư. Ngoài những người lớn - các cô cậu chừng mười mấy hai mươi nhưng đã có gia đình rồi cũng được xem là người lớn - đám thiếu niên nam nữ trong xóm ngoài việc cấy cày hồ hởi phấn khởi tham gia công tác. Đi công tác cách mạng cũng vui. Sau khi anh cán bộ nói năm điều bảy chuyện thì thế nào cũng có màn hát hò văn nghệ văn gừng. Vui nhứt là có trai có gái. Bình thường ai ở nhà nấy làm sao mình dám làm quen. Bây giờ thì có lý do quan hệ công tác cách mạng đỡ ngượng hơn, và mọi câu chuyện đều được bắt đầu bằng những chữ tổ quốc, cách mạng, nhơn dân, và xã hội chủ nghĩa....

Đám nhóc dù mới mười bốn mười lăm cũng tự nhiên thấy mình lớn hẳn, và có trách nhiệm với làm việc vì "ai làm nấy chịu." Cảnh sát xã cũng biết bên chồng của chị Sáu thuộc diện gia đình liệt sĩ vì ông già và hai người anh lớn đã hy sanh trong cuộc chiến mùa thu, và hai đứa em trai trong cuộc chiến mới. Không ai biết cảnh sát nghĩ gì hay ghi gì trong hồ sơ của gia đình nhà chồng chị mà mấy đứa nhỏ vẫn đi học như thường không ai làm khó dễ gì. Thiên hạ còn đồn rằng gia quyến chị có nhiều người làm lớn cả hai bên, cho nên gia đình của chị cũng được mọi người nể nang.

Kẹt ở quê lúc bấy giờ còn chị Mười nữa. Mấy năm trước chị vô bưng học làm biên đạo múa và bây giờ chị Mười là một thiếu nữ vừa nhan sắc lại vừa tài hoa, lại là em vợ của cán bộ hàng huyện ủy đã trở thành đối tượng cao xa như một món đồ cổ quý mà đám thanh thiếu niên làng nhìn bằng con mắt thèm thuồng không dám tới gần. Cho nên phải cố công học tập và rán phấn đấu trở thành cán bộ; chỉ lúc đó mới dám mơ màng mà thôi.

Thời gian sau nầy chị Mười đi đi về về chớ không ở nhà hẳn vì yêu cầu công tác cách mạng. Và một thời gian sau thì chị sanh cho ông Chín một đứa cháu ngoại cách mạng. Ông Chín đơn chiếc không nuôi nổi bèn đem lên Saigon giao cho cậu Tám. Cho đến năm Mậu Thân 1968 thì chị thoát ly hẳn. Nghe những người thân trong gia đình thì sau khi giác ngộ cách mạng, dù mới học hết lớp Tư chị cũng có viết thơ kêu gọi anh Tám "hãy trở về trong vòng tay nhơn dân chớ đừng đi theo Mỹ-Ngụy nữa." Trong thơ chị không đá động gì tới đứa con chị sanh ra. Quả thật chị là người có tinh thần cách mạng sắt đá!

Sống một mình độc thân tại chỗ, ông Chín Chòi bấy giờ cũng đã ngoài năm mươi nhưng trông còn mướt và khỏe mạnh như vào khoảng bốn mươi. Cho nên ông không qua khỏi sự dòm ngó của những bà mẹ chiến sĩ không truy lý lịch ba đời. Sau nhiều lần suy nghĩ tránh trời không khỏi nắng, hình như sau một thời gian thì ông tự nguyện lọt vào lưới tình. Nếu tìm ở nhà không gặp thì người ta có thể chắc chắn một trăm phần trăm ông đang ở nhà bà mẹ chiến sĩ.

Vùng nầy trở thành vùng giải phóng thì ông khỏi đóng thuế cho Mỹ-Ngụy nữa, hoặc kẹt lắm thì khi đóng khi không cũng chẳng ai làm gì được mình. Ông chỉ tự nguyện đóng góp cho cách mạng gọi là "đóng góp sức người sức của để đẩy nhanh cách mạng tiến tới thành công." Ông cũng hưởng ứng mua quốc trái để tới khi cách mạng thành công thì sẽ được trả cả vốn lẫn lời. Ông cũng biết đó là hình thức cho mượn nợ mà ngày đáo hạn mù mờ, có thể mười năm, hai mươi năm, hay hơn nữa. Vả lại, lúc ấy đất nước mình được độc lập tự do hạnh phúc rồi thì có cần gì phải lo nữa. Cán bộ chẳng nói "làm theo năng lực hưởng theo nhu cầu" là gì?!

Mấy năm hòa bình ông dành dụm được năm ba lượng vàng, nếu phân hạng theo cách mạng thì chắc ông đứng hàng phú nông hay ít nhứt cũng là thì bị phạt nhưng cãi chài cãi cối với nó nhiều khi cũng được việc.

Không thoát khỏi sự thường tình của đa số những người xử sự bằng cảm tính, lúc như thế nầy, và đồng thời cũng giữ thể diện cho ông, bà thường cầu viện tới cô con gái:

- Hay là anh bận không gọi thì để nhờ con Thùy gọi xin nó tha.

Ông an ủi:

- Chớ mình không cho nó ăn một xu lời thì nó lấy gì mà điều hành doang nghiệp của nó!

Bà dễ dãi tiếp lời:

- Cho nên lâu lâu anh tặng không cho nó hai mươi chín đồng!

Đôi lúc bà can ông đừng dùng thẻ tín dụng nhiều:

- Lúc nầy kinh tế xuống, tụi nó làm ăn không còn thật thà như lúc trước!

- Nhưng mình có mua vé tại travel agent đâu mà trả check hoặc tiền mặt được?

Nhiều người bạn cùng lứa đã qui tiên ở lứa tuổi chưa tới sáu mươi, nghĩ mình cũng gần đất xa trời, ông buồn buồn nói thêm:

- Không còn bao lâu nữa cũng nên đi cho biết đó biết đây. Sang năm đi Âu Châu chơi. Chuyến nầy thì xuất hành Cali đặng xem thời vận thế nào?

Trong bốn ngày du lịch tại đất Tiểu Sài Gòn, bà Hân có vẻ vui và trẻ hẳn ra. Lối sanh hoạt quen thuộc như trên chính quê hương và khí hậu mát mẻ, nhứt là tiểu yến đại yến liên miên. Điều đó hợp với bao tử của bà nhưng tiếc là bà không ăn nhiều một lần được mà chỉ trong mươi mười lăm phút là bà thấy no ngang. Bà tâm sự với bà Hải:

- Tôi có cảm tưởng như ở chợ Bến Thành ngày xưa!

Biết hoàn cảnh ông bà Hân muốn bỏ Michigan, nhưng chưa biết nơi đâu là đất lành chim đậu, bà Hải năn nỉ:

- Hay là anh chị di chuyển qua đây. Thời gian đầu vợ chồng em giúp cho. Bên nầy dễ làm ăn lắm.

Bà dường như xiêu lòng nhưng chưa quyết định chuyện nầy được vì dù sao cũng phải bàn với ông xã chớ đâu có hứa bừa. Nhưng có điều thấy rõ là hình như bà vốn chậm chạp chợt thấy hơi nặng nề thêm một chút. Cái lưng quần gài nút khó khăn, khi ngồi bà phải mở nới ra cho thoải mái. Đó là chưa kể bà gặp và quen nhiều bà lái phi công mới, mà hồi xưa bà ở Biên Hòa nuôi con đâu có biết chuyện ở Cù Hanh.

Còn ông thì khỏi phải nói, hai mươi sáu năm trời gặp lại chiến hữu sống chết có nhau trên vùng lửa đạn. Từ giã mà như vĩnh biệt vì trong thâm tâm mỗi người đều nghĩ chỉ có thể sống tới chừng mười năm nữa thôi, mà chưa chắc còn đủ mặt:

- Hy vọng kỳ hội ngộ sau mình còn gặp lại!

Chuyến máy bay chở cặp tình nhân hơn ba mươi lăm năm mới hấp lại đáp phi trường Detroit Metro đã quá nửa đêm. Hai ông bà không còn nghĩ tới thảm cảnh Nữu Ước và không quan tâm tới chuyện khủng bố nữa. Họ cảm thấy gần nhau hơn như chưa bao giờ gần. Thỉnh thoảng ông nắm tay bà tìm cảm giác lâng lâng ngày nào từ ba bốn mươi năm về trước. Đó là lần đầu tiên ông hun bà, chỉ hun thôi, trong tình yêu vụng dại của một thằng con trai mới lớn chưa lên đại học; còn bà thì sau phút giây khai phá ngây ngất đầu đời lại sợ có bầu!

Bà để yên bàn tay trong tay ông, rung động, mong mỏi, nôn nóng, thấy hạnh phúc tràn trề như lúc trên chuyến xe đò từ Biên Hòa ra Pleiku thăm ông khoảng ba mươi năm về trước. Những lúc như vậy cả ông lẫn bà đều không có thói quen nói nhiều như lúc bình thường, chỉ mong mau tới ngôi nhà lý tưởng. Cũng chiếc xe Grand Am màu cánh dán nhạt đó bà đi làm hàng ngày, nay mang niềm vui mới về ngôi nhà cũ, lý tưởng và mộng mơ. Sáng hôm sau lúc tỉnh dậy, bà Hân lại thấy lo, âu yếm bảo ông:

- Lúc đó em phê quá nên quên biểu anh mặc áo mưa!

■ nhuận sắc *240612*

12

GIA ĐÌNH ÔNG CHÍN CHÒI

Ông Chín dọn về ở xóm Phước Hưng sau Hiệp định Đình Chiến năm 1954. Từ Lộ Đất nhìn ra sông Đôi Ma hầu như là một vùng nhà hoang vườn trống mà theo người dân kể lại là do chánh sách tiêu thổ kháng chiến của cách mạng trước đây. Chỉ những gia đình có công tác mới bám trụ giữ làng. Họ làm ăn cầm chừng như chỉ cần đủ để nuôi quân.

Thời gian gậm nhấm đất đai mà lại dung dưỡng cho cỏ dại, để mặc chúng mọc đầy vô tổ chức. Những con đường đồng trở nên quá hẹp đến độ hai người đi ngược chiều khó tránh nhau. Người mang vác cồng kềnh phải để quang gánh xuống cho người kia bước qua, rồi đi tiếp, hoặc sẵn dịp ngồi quạt mồ hôi và nghỉ xả hơi luôn.

Trong sắc nước màu ngà, ruộng nương đầy những cây điên điển và bồng bồng phủ rong rêu màu xanh tái. Đỉa không tính bằng đơn vị mà tính bằng trăm hay ngàn. Chỉ cần một cái khoát nhẹ ắt mặt nước trở thành màu đen đầy gia đình nhà đỉa.

Tối đến là thế giới của muỗi mòng, bù mắt, tiếng cú, và tiếng vạc ăn đêm.

Lúc đầu ông Chín cất một cái chòi lá trên khu vườn hoang ở với hai thằng con trai, đứa lớn chín tuổi học lớp Tư, còn đứa nhỏ chỉ mới lên năm. Không ai biết tên thiệt của ông nên gọi là ông Chín Chòi. Cũng không ai biết ông từ đâu tới và có còn nội tướng hay không. Nếu không quen, người ta không nghĩ ông là con út của một ông quan tiến sĩ vào cuối triều Nguyễn.

Một người học hành dang dở ăn chơi cờ bạc lại có thể vỡ hoang 2,2 mẫu ruộng của bà chị ruột mấy năm nay không người canh tác. Chủ ruộng là bà góa phụ của ông Hương giáo Châu Văn Được vẫn đóng thuế cho cách mạng đều đều từ 1941 hay 1942 gì đó. Và hình như vẫn đóng mãi cho tới năm cách mạng hoàn toàn thành công thì khỏi phải đóng nữa vì bà không còn một miếng đất cắm dùi. Kịp đến khi chánh phủ Mỹ-Diệm miền Nam ban hành chánh sách tư hữu hóa thì nói chung vùng nầy đã thành một đồng lúa vàng bát ngát được đánh giá là nhứt nhì toàn quốc, ý nói miền Nam hồi đó.

Trước sau ông Chín Chòi và bà con lối xóm sống bình yên chỉ được năm sáu năm thì những người kháng chiến cũ bắt đầu rục rịch làm cách mạng mặc dù Mặt Trận Dân Tộc Giải Phóng Miền Nam Việt Nam mãi tới hơn một năm sau tức là cuối tháng chạp, năm sanh con Út mới chánh thức thành lập. Do mấy anh hồi cư đạo diễn, bắt đầu có những cuộc họp hành động viên tinh thần nhơn dân nổi lên chống Mỹ-Diệm. Cán bộ đọc trong cuốn tập viết tay bèn vẽ ra cảnh thiên đường trong tương lai khi cách mạng thành công thì mình làm chủ, mình làm bao nhiêu thì hưởng bấy nhiêu chớ không ai bóc lột mình hết. Lúc ấy tha hồ mà hưởng thụ chớ không còn cảnh ăn bữa nay lo ngày mai như bây giờ nữa. Sống cực khổ quá, bà con lối xóm nghe mà mát ruột mát gan, dốc hết tài sản và phục vụ cách mạng hết mình.

Không biết từ lúc nào và ai bầu hay ai chỉ định mà chị Tư Đức làm Trưởng ban Nữ Công và chú Chín Téo làm Trưởng ban Thanh Niên. Chị Tư có chồng hy sanh cho cuộc kháng chiến trước, còn chú Chín là dân hồi cư. Ngoài những người lớn - các cô cậu chừng mười mấy hai mươi nhưng đã có gia đình rồi cũng được xem là người lớn - đám thiếu niên nam nữ trong xóm ngoài việc cấy cày hồ hởi phấn khởi tham gia công tác. Đi công tác cách mạng cũng vui. Sau khi anh cán bộ nói năm điều bảy chuyện thì thế nào cũng có màn hát hò văn nghệ văn gừng. Vui nhứt là có trai có gái. Bình thường ai ở nhà nấy làm sao mình dám làm quen. Bây giờ thì có lý do quan hệ công tác cách mạng đỡ ngượng hơn, và mọi câu chuyện đều được bắt đầu bằng những chữ tổ quốc, cách mạng, nhơn dân, và xã hội chủ nghĩa....

Đám nhóc dù mới mười bốn mười lăm cũng tự nhiên thấy mình lớn hẳn, và có trách nhiệm với trung nông, hay nói nặng thì là hạng bóc lột sức lao động nông dân. Bây giờ thì ai cũng lo làm cách mạng nên lơ là chuyện ruộng nương đồng áng. Một cảnh hai quê, có khi không đủ sống, ông phải mở hầu bao từ từ. Đảm phụ quốc phòng nuôi quân do cán bộ kinh tài tính ra cho ông tự nguyện đóng cao gấp mấy lần tiền địa tô phải đóng cho chủ điền ngày xưa. Mà mua phân bón thì có thể thiếu chịu hợp tác xã nông nghiệp hoặc hẹn lần hẹn lữa tới năm sau, nhưng đóng cho cách mạng thì cán bộ nói đâu có được thiếu. Cán bộ nói mình ở nhà thì "đói có thể khắc phục được như ăn cháo ăn rau chớ mấy anh bộ đội mà đói thì làm sao đủ sức đánh giặc!" Vàng bạc vơi dần theo sự hữu lý của cán bộ cách mạng, để tới ngày cách mạng toàn thắng thì ông cũng hoàn toàn trở thành trắng tay, theo đúng chỉ tiêu cách mạng đề ra.

Anh Tám là người con trai lớn nhứt thuộc dòng sau. Trừ ngang đời ông nội có nhiều người đậu cử nhơn tiến sĩ ra làm quan, và đời cha thì như đã tường thuật ở trên, anh Tám là người ăn học cao hơn hết trong dòng họ. Sau khi xong trường tỉnh anh mang mấy đứa em lên Saigon, trừ chị Mười phải để ở lại quê để sớm hôm hầu hạ cha già. Anh Tám vừa học vừa làm cho tới năm hết trung học thì anh cũng chưa có một nghề nghiệp gì vững chắc mà cũng không đậu nổi cái tú tài đôi để lên đại học. Nếu không thành *bùi kiệm* thì chắc gì anh có khả năng trèo thêm lên nấc thang xã hội.

Đây cũng là dịp may giúp anh có một quyết định dứt khoát. Anh phải chọn con đường binh nghiệp hoặc là mấy đứa em phải nghỉ học. Nhà binh không chê những thanh niên phương phi nên anh toại nguyện vác ba-lô vào quân trường. Cho đến sau trận Mậu Thân thì anh Chín cũng bị động viên đi hạ sĩ quan Đồng Đế. Đứa cháu ngoại cách mạng của cha già anh Tám ủy quyền cho các em lo.

Tới khi ông Chín không còn đủ sức đóng góp cho cách mạng nữa ở cái tuổi muốn gần đất xa trời thì ông lên làm phu bến tàu Khánh Hội, rồi sum họp với mấy đứa nhỏ tại Sài Gòn. Ông bảo bà vợ kế:

- Thời buổi khó khăn, thôi bà để tôi lên Chợ Lớn kiếm gì làm ăn.

Bà mẹ chiến sĩ vẫn còn mơ:

- Mình đã chịu đựng được bao lâu rồi. Sao bây giờ bỏ cuộc?

Ông Chín phân trần:

- Đây đâu còn là vùng giải phóng, bà không thấy sao?

Bà sôi nổi như một cán bộ:

- Dù là vùng mình bây giờ xôi đậu nhưng đó là lùi một bước để tiến hai bước!

Sau bao năm ăn ở với bà, nghĩ rằng đã hiểu được bà vợ, ông giải bày tâm sự:

- Họ chỉ nói vậy thôi. Bà không thấy cái bót trên vườn nhà Năm Diếp sao?

Bà buồn buồn trong giây lát như một lời trăng trối:

- Dù chấp nối với ông, đâu phải là tôi không thương ông. Sao ông đành đoạn bỏ đi? Ông đi rồi, tới lúc tôi nhắm mắt biết có còn gặp lại hôn?

Dù ông không chiêu hồi được bà mẹ chiến sĩ nhưng bà cũng không bỏ ông. Cho nên thỉnh thoảng ông cũng về quê ủy lạo bà. Ông phải lên Sài Gòn với mấy đứa nhỏ và nhứt là đứa cháu ngoại cách mạng của ông.

Sau khi đồn Phước Hưng trên nền nhà anh Năm Diếp bỏ ngỏ, các đơn vị địa phương vào tiếp thu dễ dàng không một chống cự nhỏ. Xong tổ chức ăn mừng chiến thắng tạm, định ngày mai ra chợ Rạch Kiến, rồi tràn xuống quận lỵ Cần Đước. Tỉnh lỵ Tân An thì đã có bộ đội chánh quy - Tiểu đoàn cơ động tỉnh Long An 315 - chịu trách nhiệm. Bộ đội miền cũng đưa thương binh về đây dưỡng thương. Các bà xầm xì:

- Người Bắc không chớ không có người Việt mình!

Có người tỏ ra am tường bảo:

- Đó là bộ đội chánh quy Bắc kỳ chi viện đặng giải phóng miền Nam.

Có người tò mò:

- Chỉ thấy thương binh nhẹ, chớ không có thương binh nặng....

Nhà nhà nấu cơm nếp làm gà làm vịt thết đãi chiến sĩ cách mạng giải phóng công khai như trong vùng tự do và nhộn nhịp như lễ Tết. Vui hơn hồi 1968 khi tiểu đoàn cơ động tỉnh về dưỡng quân đặng chuẩn bị đánh quận Cần Đước, nhưng sao toàn "bộ đội lạ, không thấy người quen xóm mình!"

Hòa trong niềm vui của nhơn dân miền Nam, chính ngay giây phút lá cờ xanh đỏ sao vàng được kéo lên thay lá cờ vàng ba sọc đỏ tại Dinh Độc Lập và chánh phủ mới tuyên bố trên đài phát thanh Sài Gòn cuộc cách mạng của nhơn dân miền Nam hoàn toàn thành công thì ông mừng lắm. Chắc chắn là chánh phủ sẽ trả lại hai lượng bốn chỉ vàng y ông mua quốc trái lúc trước, chưa tính tiền lời. Mà ông cũng không màng chuyện đó. Giúp nước ai mà tính lời tính lỗ!

Một đời cơ cực sống vùng ruộng lúa mà có lúc suýt bị đói nuôi con không nổi. Bây giờ trên trời rớt xuống mấy lượng vàng thì cũng như trúng số độc đắc Tombola kiến thiết quốc gia ngày xưa. Ít ra ông cũng có chút vốn ban đầu để cùng với bà Chín - lúc sau nầy hàng xóm công khai gọi là bà Chín - vỡ đất khai hoang như hồi đình chiến. Lại bắt đầu ngay ở điểm khởi đầu. Ông nghĩ chẳng mấy chốc cuộc sống lại khấm khá lên. Còn người còn của lo gì!

Ngày đầu tiên trở về quê là ông dọn dẹp nhà cửa, quét bụi bậm và mạng nhện. Trong lúc ông Chín sắp xếp lại bàn thờ tổ tiên thì bà mẹ chiến sĩ của ông lo cơm nước để chuẩn bị cúng tạ ơn trời đất và gia tiên đã phù hộ cho gia đình ông không chết tiệt hết và những người còn lại sẽ được sống trong một đất nước hòa bình thống nhứt độc lập tự do hạnh phúc. Nhìn tấm hoành phi "Công Bằng" cũ kỹ bằng chữ nho vẫn còn treo gian giữa, ông không muốn nhớ lại hình ảnh một ông quan chánh tổng cuối mùa thật hiền từ trong khăn đóng áo dài bị chọc tiết vì tội không ủng hộ Việt minh. Ông mơ hồ nghĩ rằng chắc ông già không nhiều thì ít cũng có tội với cách mạng!

Nhưng điều ông mừng nhứt là những thành viên còn lại của gia đình ông sẽ không phải chết bất đắc kỳ tử vì bom rơi đạn lạc. Thằng chồng con Sáu hy sanh hồi năm 1971 và thằng Chín năm 1972 không nói làm gì. Con Mười bên đàng trong, thằng Tám đàng ngoài sẽ về sum họp dưới mái ấm đại gia đình. Từ ngày mẹ sắp nhỏ mất đi tới giờ chưa lúc nào thấy ông vui đến như vậy. Chiến tranh có gây mất mát nhưng đó là chuyện đã qua. Bây giờ thì ông biết mình còn sống sót qua những trận phục kích của dân vệ xã khi đi đào lộ tận trong ngã ba cống Long Hòa hay ngã tư Xoài Đôi. Và ông nắm chắc một trăm phần trăm những đứa còn lại sẽ còn sống và phụng dưỡng ông. Cũng còn cái gì đó an ủi tuổi già, còn hơn là không biết sống nay chết mai!

Không lâu sau khi cách mạng thành công, có buổi họp mừng chiến thắng. Cán bộ lên phát biểu ý kiến trước rồi khuyến khích dân bày tỏ cảm tưởng về một chế độ mới không có người bóc lột người. Bây giờ đa số là cán bộ trẻ chừng mười lăm, mười sáu, mười bảy tuổi, còn đám cán bộ cựu trào hầu hết đã ra người thiên cổ, đa số được báo cáo là mất tích vì không tìm được xác. Chỉ một mình chị Tư Đức làm Trưởng ban Nữ Công hồi dạo mới nổi dậy là còn trường thọ tới bây giờ cũng gần đất xa trời. Chị cho biết là chị mừng lắm vì cách mạng thành công sớm, nhơn dân ta sẽ ấm no hạnh phúc. Học trò sẽ được đi học không sợ bị pháo kích chết la liệt như hồi mấy năm trước nữa. Và rằng từ đây đi Chợ Lớn khỏi sợ cảnh bị giựt mìn chết oan như trong vụ chiếc xe đò Kim Lợi hồi năm nẫm mà chị Bảy Bưởi con của bà cả Đăng là nạn nhơn.

Chừng như để phá tan bầu không khí đơn điệu nhàm chán của buổi họp kéo dài khá lâu khiến ai cũng ngáp tới ngáp lui, một bà mẹ chiến sĩ mạnh dạn phát biểu có tính cách thuyết phục. Bà cho rằng bây giờ hết sợ chết, hết lo đói khổ vì cách mạng thành công. Mặc dù một đứa con trai và một đứa con gái của bà đã hy sanh cho cách mạng nhưng bà không lấy đó làm buồn mà trái lại bà vui lắm. Hy sanh cho nhơn dân được ấm no hạnh phúc là một điều ai cũng mong muốn mà ít người làm được. Bây giờ sẽ không còn cảnh "Việt cộng giựt mìn, pháo kích, và gài lựu đạn nữa." Bà hùng biện tới đây thì anh cán bộ trẻ nạt ngang bảo thôi đừng nói nữa thì bà không chịu. Bà nói rằng Việt cộng giựt mìn pháo kích... thì bà nói chớ bà đâu có nói sai sao không cho bà nói?

Không khí ồn ào hẳn lên. Đa số ủng hộ ý kiến của bà, còn những người biết chuyện thì ngồi làm thinh không dám có ý kiến. Nhơn dân một bên và bên kia là cán bộ. Chừng như mấy anh chị cán bộ khác cũng chưa nắm chắc vấn đề nên đa số làm thinh, chỉ có anh Tư Cu bí danh là anh Tư Đô Lương, con của ông Hai Sáng hồi kết, đang làm bí thơ chi bộ xã và người yêu của anh ta là cô Út Sủng - tự cô Út Minh Khai khi cô ca hát - là còn cứng mà thôi. Hai anh chị thay phiên nhau diễn thuyết về xã hội chủ nghĩa và cuộc sống giàu sang ở các nước đàn anh Liên-Xô và Trung Quốc vĩ đại và các nước xã hội chủ nghĩa anh em, chớ không nói gì tới vụ Việt cộng pháo kích giựt mìn. Không cần biết là bà con cô bác có hiểu và có đồng ý hay không, cuối cùng anh tuyên bố bế mạc. Nghe đồn sau đó bà mẹ chiến sĩ ra xã làm việc nhiều lần để đả thông tư tưởng vì "đa số nhơn dân ta chưa nắm chắc đường lối chánh sách của chánh quyền cách mạng."

Mặc dầu thấy tình hình khá căng thẳng nhưng ông Chín cũng cố hỏi một câu:

- Con Mười sao không thấy về?

Anh cán bộ cách mạng trẻ sốt sắng trả lời ngay:

- Chị Mười vì yêu cầu cách mạng khẩn trương đang công tác xa ít bữa nữa rảnh chị sẽ về thăm Bác.

Ông lấy làm lạ tự hỏi tại sao mấy đứa khác cùng thoát ly một lượt với con Mười thì hoặc trở về hoặc xong rồi mà sao con ông biệt tăm. Ông an ủi là đất nước mới thống nhứt chắc cách mạng có rất nhiều chuyện phải lo toan nên con Mười chưa về được. Ông đinh ninh "con Mười chắc cũng làm tới cán bộ tỉnh!" cho tới khi ông đích thân ra xã nhận bằng Tổ Quốc Ghi Công đồng chí Nguyễn Thị Nghĩa bí danh Minh Thảo và Gia Đình Liệt Sĩ của ông Nguyễn Văn Chín tự Chín Chòi thì ông mới an tâm là sẽ không bao giờ gặp lại đứa con gái cách mạng nữa!

Bần thần nhớ lại hồi thằng Chín - Đại đội 8 Trinh Sát thuộc Sư Đoàn 5 Bộ Binh - tử trận tại Củ Chi, ông được thông báo bằng điện thoại trước rồi sau đó nhận giấy phân ưu của đơn vị. Thằng Tám đưa ông lên Lai Khê làm thủ tục nhận 95 ngàn tiền tử tuất chỉ trong vòng mấy tiếng đồng hồ. Như người mất hồn với đôi mắt lờ mờ như nhìn vào khoảng không vô tận, ông đọc tên ông và tên đứa con gái trên hai tờ giấy do Thủ tướng Phạm Văn Đồng ký mà không cảm giác mình mê hay tỉnh!

Bây giờ 2,2 mẫu ruộng lúc trước vì ông không trực canh đã được chia cho những gia đình chánh sách khác, trở thành tài sản của hợp tác xã nông nghiệp ấp Phước Hưng. Và nếu ông làm được bao nhiêu thì chấm công bấy nhiêu, đúng như cán bộ cách mạng đã nói "có làm có hưởng, không làm không hưởng."

Cảm thấy như bị phản bội, chị Sáu hằn hộc:

- Ruộng của con và bên chồng con, mình cũng không được tự canh tác. Họ bảo bây giờ nhơn dân làm chủ tập thể cho nên phải tập trung vào hợp tác xã, gọi đó là hợp tác hóa. Mọi việc sản xuất phải quy hoạch thì năng suất mới cao được, chớ làm ăn kiểu cò con thì chừng nào mới khá nổi!? Không khá sao con có nhà ngói sân gạch và nuôi sắp nhỏ đi học được?

Dưới ngọn đèn dầu đủ nhìn rõ mặt người thân, ông Chín vấn một điếu thuốc rê:

- Nghe nói đánh thuế cả cây ăn trái. Có hôn?

Chị Sáu thở dài:

- Tụi nó đã đếm vườn xoài và mấy hàng dừa vòng đai nhà con rồi. Cả của nhà dì nữa!

Trong phút chốc ông Chín như già thêm mười tuổi. Thời gian đè nặng khiến đôi vai ông còm thêm. Bà mẹ chiến sĩ của ông ngậm ngùi đang nhìn ông không nói gì. Cầm tay bà một hồi lâu, bất giác ông nói:

- Tôi muốn lên Biên Hòa xem sao thằng Tám tới giờ nầy vẫn chưa về. Hay là nó cũng chết như con Mười rồi!

Chị Sáu nhìn sâu vào đôi mắt cha già vừa bắt gặp ông cũng nhìn mình. Hai cha con im lặng một hồi lâu như đã thông cảm nhau. Mãi lúc sau chị an ủi:

- Chắc chưa đến đỗi nào đâu! Ba!

Nói vậy là tự lừa dối mình vì chị biết cậu Tám đã bị đưa đi cải tạo rồi!

■ nhuận sắc *240612*

LỜI CUỐI TRUYỆN

Khi xuất bản một tác phẩm, người viết thường không thoát ngoài thông lệ là nhờ ít nhứt một nhà văn nổi tiếng viết bài giới thiệu, và đôi khi viết cả lời bạt ở cuối truyện, để khen hoặc nói tốt cho tác giả và tác phẩm. Nhưng tác giả quyển truyện nầy nằm trong biệt lệ vì chỉ mới tập làm văn nên chưa được cái hân hạnh quen biết những khuôn mặt sáng giá trên văn đàn. Cho nên chỉ có đôi dòng tâm sự.

Qua tác phẩm nầy, độc giả đã có dịp sống với gia đình một nông dân tiêu biểu vào thập niên '60 mong mỏi "kách mệnh" thành công tới mức nào, và rồi sau ngày "giải phóng," nếu độc giả chưa từng biết "kách mệnh," cũng được dịp tự nguyện theo anh em quân cán chánh miền Nam đi tập trung, nơi mà từ một góc cạnh nào đó, độc giả được xem một phần sanh hoạt của anh em gọi là cải tạo trong những trại tù cộng sản rải rác khắp mọi miền đất nước.

Nếu độc giả thuộc giai cấp trên cũng có thể có

dịp may nhậu với ông đốc-tờ Nguyễn Hoàng Lâm, người phủ nhận nguồn gốc Việt Nam, và chơi với niên trưởng Nguyễn Đình Hảo, một phượng hoàng "liệt cánh." Còn Thiếu úy Thuận, một người vượt biển tìm tự do chủ trương phải đậu bằng cử nhơn thạc sĩ tiến sĩ mới đủ tư cách làm cách mạng. Ở đây có thể độc giả cũng có quen với gia đình của bà Giang và bà Ba Hột Xoàn, đồng thời ngồi uống cafe với ông Hân và hai vợ chồng già H.O. vào một ngày thứ sáu cuối tuần. Lẫn lộn nhiều hình ảnh tạo nên bức tranh đa dạng của một phần nhỏ cộng đồng người Việt hải ngoại. Phải chăng đó là một góc quê nhà?

Một góc quê nhà thu hẹp, sau hơn hai mươi năm, hình như vẫn còn làm cho nhiều người Việt lưu vong uất nghẹn. Tác giả không bao giờ mong rằng **Một Góc Quê Nhà** là quyển truyện chỉ đọc giải trí cho vui như khi xem một buổi đại nhạc hội, hay nghe một bài hát trên đài truyền thanh, mà trái lại, tác giả hy vọng rằng sau khi đọc xong và nhắm mắt lại, ít nhứt độc giả cũng tự nhiên cảm thấy một nỗi buồn man mát không tên, mong xoay trái đất ngược vòng để làm lại từ đầu, thậm chí có khi muốn nổi loạn mà lực bất tòng tâm!

Nếu sau khi xếp sách lại mà độc giả dửng dưng như một người khách lạ vô tình thì chắc chắn độc giả có trái tim sắt đá quá chai lì không còn cảm được tiếng nấc của thời gian và nhịp thở của quê hương, hoặc là tác giả đã không diễn tả được hết ý nghĩa và tâm tình cùng hoàn cảnh của những nhơn vật như ý mình muốn. Rất mong rằng vì nội công của tác giả chưa đủ thâm hậu chớ không phải người Việt lưu vong tị nạn mình vô tình đến như vậy!

NHƯ MỘT KỶ NIỆM

Tính từ lần xuất bản đầu tiên tới nay đã hơn hai mươi năm trong khi đó chỉ có một số ít còn liên lạc từ khi Tạp chí Quê Hương Hải Ngoại đóng cửa. Trong số những người mất tăm có các bạn đã qua đời và vì thiếu bảo quản hồ sơ nên mất mát. Vì vậy trong lần tái bản nầy tôi có ý định trích đăng những lời tâm tình của các thân hữu và văn hữu gần xa để giữ làm kỷ niệm một thời mới bước vào thế giới văn chương chữ nghĩa vì chỉ có như vầy mới không thất lạc.

Ngay lúc tôi đang nhuận sắc tác phẩm nầy Nhà văn tài hoa Trần Hoài Thư, tác giả nhiều quyển sách nghiên cứu giá trị như Nhà thơ Trần Mộng Tú đã viết, thất lộc ngày 27/5/2024 đúng một tháng sau ngày người bạn đời của anh là chị Nguyễn Ngọc Yến mất; và Nhà thơ Kiều Mộng Hà thông báo cho Văn Bút Nam Hoa Kỳ biết phu nhơn của chị là Văn hữu Hồ Công Tâm Khóa 20 Thủ Đức đã qua đời. Ngoài ra trước đây còn có những anh em khác nữa: KQ Lê Đức Chu cùng Khóa 21 Thủ Đức qua Không Quân với tôi; KQ Trần Thanh Hòa phi công trực thăng cùng quê Long An; nhà văn Song Thuận Câu Lạc bộ Hùng Sử Việt; và Nhà văn Trần Thy Vân Khóa 22 Thủ Đức tác giả tập truyện Anh Hùng Bạt Mạng.

Qua những dòng chữ nầy, xin gởi nén nhang lòng đưa tiễn các bạn bay vào cõi minh mông miên viễn mà chỉ khi nào chính mình "gặp" mới cảm nhận được, và hẹn hai mươi năm nữa cùng uống ly rượu cúng hửi mùi nhang ngắm gà lõa thể một ngày gần đây!

Đối với các thân hữu và văn hữu ngay lúc nầy còn tại thế sống đời lưu vong, xin coi đây là món quà mọn trong khả năng của tác giả.

*DANH NGỌC ANH, KQ, "... Trong tất cả truyện tôi khoái nhất là những cái kết của câu chuyện, cái kết thúc thật ý nhị... Chúc anh khỏe viết nhiều lên càng ngày càng hay nghe anh... những chuyện ngắn trong tác phẩm của anh hay lắm, tôi đã giới thiệu cho anh em đọc, các bạn khóa 65 như anh Hùng, Vinh... khen lắm..."

*DU HỮU CHI, nhà văn, "... Đặc san số 10 Thủ Đức Úc Châu đang đi bài vở và thơ văn... Đã đọc xong Một Góc Quê Nhà, đang chuyển vòng vòng trong anh em hội viên tại Nam Úc để giới thiệu; Anh viết rất hiện thực về nhiều góc cạnh của cuộc đời, nhưng sách còn mỏng quá đọc không đã, chắc chắn phải có thêm vài đứa con tinh thần nữa... "

*ĐỖ BÌNH, nhà văn, "... Ở miền nam trước 75

viết văn theo khuynh hướng hiện thực có những cây bút nổi tiếng như nhà văn Lê Tất Điều, Thế Uyên, Thế Phong, Y Uyên, Nguyễn Đình Thiều, Thanh Thương Hoàng, Nguyễn Thụy Long, Hoàng Hải Thủy, Nguyễn Hoàng Đoan.... Đọc những truyện ngắn trong Một Góc Quê Nhà tôi có cảm tưởng anh cũng thiên về khuynh hướng hiện thực, soi rọi nhiều góc cạnh xã hội, diễn tả từng tâm lý nhân vật qua những tình tiết câu chuyện. Đó là hồi chuông báo thức những tâm hồn còn thiết tha với quê hương về thực trạng của con người và đất nước Việt Nam hiện nay, tình người thì soi mòn, văn hóa và đạo đức đang bị suy đồi và tha hóa! Tôi rất bồi hồi và xúc động khi bắt tìm lại những hình ảnh thân quen của quê hương, khơi gợi lại những dấu tích kỷ niệm xưa, tưởng đã bị bụi thời gian làm nhạt nhòa trong ký ức! … mình đã mất quá nhiều sau cuộc chiến, chỉ còn lại chút văn nghệ để nương tựa giải khuây nỗi niềm đau! Nó còn là sức mạnh như ngàn giáo đâm vào lòng chế độ độc tài cộng sản. Lên án chế độ độc tài là phơi bày về sự thật về tính phi nhân bản của chế độ. Sự phơi bày sự thật không đồng nghĩa với tuyên truyền? Những truyện đi sâu vào lòng người là những gì người khác biết nhưng không dám nói, hoặc chưa tiện nói. Người cầm bút phải can đảm gánh vác, anh đã làm việc đó. Xin cảm phục sự bền chí, hãy viết tiếp cho rừng chiều khơi ánh lửa."

*ĐỖ ĐẠI ĐỒNG, KQ, "… Tôi vừa nhận được tác phẩm đầu tay của bạn - Một Góc Quê Nhà - tôi rất vui và cảm động, tôi sẽ đọc và sẽ góp ý cùng bạn sau, chân thành cám ơn bạn nhiều. Kính chúc bạn sẽ đạt nhiều thắng lợi và hạnh phúc."

* ĐỖ P. HÙNG, nhà thơ, "... chỉ vừa đọc xong tác phẩm của anh. Vì anh viết hay hơn tôi nên chỉ biết khen và luôn tiện ủng hộ anh chút đỉnh để anh có thêm phương tiện sáng tác và trau dồi nghiệp văn."

* HOÀI ZIANG DUY, nhà văn, "... nhận được sách anh gởi tặng. Cảm ơn anh nhiều. Đang đọc và sẽ cho ý kiến sau. Chúc anh và gia đình đặng nhiều sức khỏe. Riêng anh sáng tác mạnh và có nhiều tác phẩm hơn."

*HOÀNG MINH HÙNG, nhà thơ, "... chỉ mới đọc "Trước khi vào truyện" và rất khoái câu: "vì sống không được làm người nên muốn được chết như một con người!" Sách - nhất là tập nhiều truyện ngắn - không nên đọc vội một hơi như tiểu thuyết, lai rai như đọc Đông Châu để thấm. Tôi không phải là nhà phê bình, lại không đủ tư cách để nhận định về văn chương chữ nghĩa, chỉ đọc để tìm xem tác giả gởi gấm tâm sự gì trong sách, do đó quan tâm tới ý hơn là văn phong..."

*HỒ CÔNG TÂM, nhà thơ, "... Anh khiêm tốn quá trong "Lời Vào Truyện". Tôi chỉ là người làm thơ, không viết tiểu thuyết, tôi không phê bình kỹ thuật viết truyện nơi anh, nhưng tôi sẽ đọc kỹ và viết cảm tưởng của mình, vì tuy tôi lớn hơn anh 7 tuổi sinh ở Hà Nội nhưng lại nhập ngũ Sĩ Quan Thủ Đức trước anh có một khóa và đã từng ra đơn vị đóng căn cứ hành quân ở vùng quê hương anh bốn năm. Những địa danh quê hương anh như Long Thượng, Ngã Tư Soài Đôi, Mỹ Lộc, Chợ Đào, Chợ Núi, Chợ Đệm... với những sinh hoạt người dân vùng này chẳng xa lạ gì đối với tôi, nên tôi rất thích thú khi sống với nhưng tâm tình nhân vật trong truyện của anh. Tôi sẽ viết như nhắc lại những kỷ niệm thời gian trong quân ngũ đóng ở quê hương anh vậy thôi. Phải nói ngay, trong số 12 truyện ngắn trong Một Góc Quê Nhà của anh có những truyện rất sống động, không thua gì những truyện đắc ý nhất của một số nhà văn đã thành danh ở hải ngoại này. Nhân đây xin được trân trọng giới thiệu với quý thành viên Diễn Đàn Nước Việt: Một Góc Quê Nhà… bảo đảm 99% quý vị sẽ hài lòng sau khi đọc truyện của tác giả Ngô Sỹ Hân!"

*HƯƠNG QUẾ, CBXDNT, "… Tác giả chọn hình ảnh cho trang bìa là đoàn người đang cấy lúa trên đồng ruộng. Dù chúng tôi bận chưa đọc bên trong nhưng cảm giác đầu tiên đã gợi cgho chúng tôi nhớ đến đồng đội, nhớ xóm làng nông thôn mà Đoàn CB/XDNT đã một thời làm con làm cháu xóm làng!... Thân tặng lại anh một bài viết ngắn để anh biết thêm về CBXDNT."

*HUY VŨ, nhà văn, "… Tuy là cầm viết tay trái nhưng khá hơn nhiều người cầm viết tay mặt đấy. Một trăm năm sau thì hơi sớm, nhưng 300 năm thì có thể cuốn "Một Góc Quê Nhà" chắc chắn trở thành hiếm và quí không thể kiếm ra được trên thị trường chữ nghĩa."

*HUỲNH NGỌC LIÊNG, KQ, "Qua quyển sách, tôi được hiểu phần nào sự sống của anh chị, (dĩ vãng & hiện tại) và rất vui mừng vì các cháu đã thành đạt! Xin được chia vui với anh chị.. Cố gắng, và thừa thắng xông lên nghe bạn hiền..."

*KIỀU PHONG "... và cảm thấy như phần đời của tác giả cũng thân thương. Ít ra dòng đời nghiệt ngã mới làm ta trưởng thành. Chúc anh nhiều may mắn trong tương lai và sáng tác mạnh... TB: Đã gởi tay cho anh một số thơ và trả luôn hai cuốn magazine Đoàn Thị Điểm - Phan Thanh Giản. Kiều Phong lúc này sống có nửa đời hy vọng anh hiểu...."

*LÂM HOÀI VŨ, nhà thơ, "... Tuy là cuốn sách đầu tay, nhưng anh đã dùng ngòi bút để lột trần cảnh sống thực tại quê hương thật sống động. Xin chân thành cám ơn anh thật nhiều. Xin phép anh được giới thiệu đến quý BDH, quý Thành Viên cùng quý Văn Thi Hữu..."

*LÊ CẦN THƠ, nhà văn, "Nhận được tập truyện của anh, MỘT GÓC QUÊ NHÀ, từ cái tựa cho đến từng nội dung của bài, qua cách diễn đạt của anh... tôi rất thích, vì trước khi vào truyện, anh có viết "mong quý độc giả sẽ tìm thấy hình ảnh của chính mình đâu đó trong tác phẩm nầy." Đọc dòng chữ đó, tôi mới dám khẳng định là chúng ta đã sinh cùng thời và cùng sống trong vùng tranh chấp thời chiến tranh… chớ không phải có cái may mắn sống ở thành phố rồi nghe người ta kể mà tưởng tượng để viết ra.... Cám ơn anh đã gởi đến cho tôi và một số bạn bè văn nghệ một tác phẩm tôi cho là rất cần thiết trong rừng văn chương chữ nghĩa hải ngoại này. Anh đã viết bằng chính cái tâm của mình với ngôn ngữ thuần túy của người miền Nam.... Đó là những suy nghĩ bước đầu của tôi đối với người có duyên nợ với văn chương chữ nghĩa, "biết đâu 100 năm sau có thể trở thành vô giá." Không cần phải tới 100 năm đâu, nó cũng đã có người cảm thông và chia sẻ rồi. Sẵn dịp, tôi sẽ gởi tặng anh một cuốn sách của tôi để đọc chơi cho đỡ buồn, tập bút ký QUÊ HƯƠNG XA MÃI NGÚT NGÀN… TB: Sách của anh đề "Kính dâng SONG THÂN, hình ảnh tiêu biểu của gia đình Ông Chín Chòi" sao tôi cảm thấy nó... giống rất nhiều gia đình Ông Chín Chòi của quê tôi."

*LÊ ĐỨC CHU "Chu vừa nhận được hai tập sách (Quê Hương Hải Ngoại & Một Góc Quê Nhà) do Nào gởi tặng. Trước hết thành thật cám ơn Nào nhiều lắm, đã nghĩ đến người bạn khối đế năm nào… Phục Nào lắm, giờ này mà còn trí óc để viết sách, làm báo. Đó là điều hay lắm và ít người làm được…"

*LÊ THÀNH NHÂN, Sách "thơm" hơn sách của Mai Thảo viết: bình dị, không hoa hòe, hoa sói. Đây là sự "trao tâm" với bạn đọc.

*LÊ VĂN ĐỨC, KQ, "... Nghe anh viết nhiều về Rạch Kiến, Long Thượng, chắc là quê anh hay có dính líu bà con nơi ấy. Bốn mươi lăm năm về trước, tôi có hân hạnh ghé thăm Long Thượng nơi có người bạn học mang tên Huỳnh Tấn Ban và anh nữa tên Út không nhớ họ. Bạn cùng học ở Petrus Ký Saigon, các anh này lên Saigon học, ở trọ ở Chợ quán (khu nhà thờ Chợ Quán)... Năm 1954 hay 55 gì đó, nhân nhà anh Ban có giỗ nên rủ tôi về quê ảnh ăn giỗ ở Long Thượng Rạch Kiến. Giờ thì tôi vẫn nhớ mãi hình ảnh quê hương nơi đó lúc ấy... Chỉ mới gặp anh một lần ở nhà anh Lâm Sơn Hải (TX) (nhơn dịp K.G. hội ngộ. Đại hội Q.S. họp mắt)... Vài hàng thăm và chúc anh mạnh tiến trên lãnh vực văn học và đạt được những hoài bão mà anh đã bộc lộ trong quyển sách..."

*MẠC PHƯƠNG ĐÌNH (Ngo Le), nhà thơ, "... Mời anh có thể ghé vào thăm trang nhà của tôi ở: www.vnet.org/mpd để đọc mấy bài thơ tôi sáng tác mấy năm nay... một trong hai tập thơ Lời Ru Của Mẹ, hoặc Những Dòng Kỷ Niệm, tôi sẽ gửi đến tặng anh. Phần tôi, đã đọc tập truyện của anh, không ngờ cây bút tài tử mới biểu diễn sơ chiêu đầu mà đã tạo được sự thán phục của người thưởng ngoạn. Truyện anh viết với những kết thúc lửng lơ tạo cho người đọc hoặc chút suy nghĩ hoặc chút ngậm ngùi, kết cấu, bố cục truyện được viết rất tự nhiên, khiến người đọc không nhàm chán, lời văn trong sáng, không cầu kỳ có pha chút mỉa mai châm biếm nhẹ nhàng. Hy vọng những tập truyện tới sẽ được đọc những truyện còn hay hơn nữa của anh... Anh mượn tên tôi làm họ chớ phải tôi mượn của anh đâu, vì tôi chui ra khỏi bụng mẹ trước anh đến 5 năm kia mà. Phạt anh đó."

*MAI NGUYÊN, nhà văn, "... Anh Tùng nói sao không là Một Góc Quê Hương thay vì Quê Nhà. Chị nói, mới đầu Mai cũng nghĩ như vậy, nhưng Một Góc Quê Nhà thấm thía, sát sâu hơn, y như lúc chị viết "Ý THƯỢNG ĐẾ" giáo sư Nguyễn Khắc Kham đã trên 90, nói, Ý TRỜI, sâu sắc hơn. Đúng vậy... tối đọc luôn đến 12:20 thì xong tất. Sẽ đọc lại một vài truyện kỹ hơn. Không phải cuốn sách nào cũng bắt óc mình thích để đọc một lèo như vậy. Có nghĩa là một lời khen chân tình... Ngoài những nơi nhắc nhớ (nhở) làm độc giả ngậm ngùi thương về, nhớ về Việt Nam, NSH có một lối viết rất dễ thương, tả tình người, tình yêu rất đời sống, cũng hoa bướm nhởn nhơ đó đây chứ đâu có khô khan. Và đặc biệt là nhiều tiếu lâm. (Em có nhớ trong cuốn GIỌT BUỒN TRÊN QUÊ HƯƠNG, truyện "Như Lá Mùa Thu" của chị không? Vui dễ sợ.) Từ lối đề tặng, từ trong truyện, thể hiện tình yêu, nể vì của em đối với bà xã, thể hiện bà xã em là một người đàn bà Việt Nam dễ thương, tốt với chồng hết mức. Thể hiện cái appreciation của em đối với vợ. Tuyệt. Đáng lẽ bà phải "cho tiền cho ông Hân in cuốn sách đấy!" Nói với bả chị Mai Nguyên nói như vậy... Nói tóm, cuốn sách đầu tay của em thật đáng in, đáng đọc. Và văn phong cùng truyện của em HƠN hẳn rất nhiều người viết đã nổi danh (chị nghi ngờ vì có thể họ đàn đúm với nhau, tán tụng nhau)."

*NGÔ BẠCH VÂN, nhà thơ, "Chào tướng vùng! Tui đang làm bổn phận tự giác đây. Nhưng, tướng vùng mới có được vậy, đừng tưởng thiệt đó nghe!"

*NGÔ MINH HẰNG, nhà thơ, "Gọi là một chút chia sẻ, xin anh vui lòng nhận cho. Xin cảm ơn anh gởi sách. Tôi đang đọc. Thú vị lắm. Chúc anh tiếp tục sáng tác."

*NGÔ VĂN TUẤN, Tiến sĩ, "... Tác giả rất khiêm tốn khi viết Trước Khi Vào Truyện: "Tác giả chưa dám là nhà văn nên chắc chắn độc giả sẽ không tìm thấy những áng văn chương tuyệt tác trong tập truyện nầy. Rải rác trong tác phẩm là mẩu chuyện thật ngoài đời vụn vặt đến tầm thường, của cuộc sống những con người rất tầm thường được chấp nối và sắp xếp lại cho thích hợp với tình tiết và diễn tiến của từng truyện." "Cầm bút, tác giả tự cảm thấy có bổn phận tiếp bước những người đi trước chớ không dám mơ màng có mặt trên văn đàn hay lưu danh trong văn học sử. Nhưng chưa chắc tác giả có thể dám xuất bản nếu không được sự khuyến khích của các đồng môn từ trường mẹ Thủ Đức và các chiến hữu Không Quân, các bạn văn nghệ sĩ, cũng như các thân hữu và độc giả..."

*NGUYỄN CHÍ HIỀN, nhà văn, "Đọc «Một Ngày Của Vợ Chồng Già», đúng văn là người. Anh còn lại nửa đoạn đường chiến binh, chuyển võ qua văn để tiếp tục chống cộng. Sẵn bằng ngòi bút. Tôi xin ngả nón chào thua ý chí sắt đá của một chiến hữu. Có lẽ, mục tiêu này là cái đích mà chúng ta gặp nhau: *Tuổi đã già mà chí cả chưa sờn? Cỡi sóng lớn, quyết đạp bằng thành từ địch. Tôi chúc Anh tuổi trời, thêm ít nữa, Để là gương cho hậu bối theo sau."*

*NGUYỄN ĐÁN, KQ, "Cám ơn anh đã gửi tặng tôi quyển sách. Hiện tại còn đang đọc trong những lúc rỗi rảnh nên chưa có ý kiến. Cho tôi gửi lời thăm đến anh và gia đình an khang, thịnh vượng."

*NGUYỄN HỮU LUYỆN, CVA, "... thì Anh và tôi đã có "duyên tiền định": Trước hết chúng ta cùng là LÍNH, sau đó chúng ta là tình đồng môn, vì tôi cũng là học trò Chu Văn An như Anh... Khi tôi sang Úc về vụ WJC, được Hội Chu Văn An tổ chức họp mặt họp mặt rất đông, nhiều bác sĩ, luật sư, viên chức trong guồng máy chính quyền như anh Lưu Tường Quang, Giám Đốc các chương trình phát thanh của 16 ngôn ngữ thiểu số của Đài Quốc Gia Úc. Anh em họp mặt rất vui vẻ và thân mật. Theo nội quy thì Hội Chu Văn An mặc nhiên bao gồm Nguyễn Trãi và trường Bưởi. Trường Bưởi thuộc thế hệ trên của tôi. Vì chúng ta là LÍNH nên cần mang bản chất GIẢN DỊ và CHÂN THÀNH, đó là điều mong ước cho mối quan hệ giữa chúng ta với nhau, cũng như giữa chúng ta với mọi người...."

*NGUYÊN NHUNG, nhà văn, "... Cuốn sách Một Góc Quê Nhà, có nhiều bài cũng thích lắm, như Người Tình, Suýt Làm Cách Mạng, anh là một trong những người viết của miền Nam mà lại có cái nhìn sâu sắc, văn phong bình dị, đọc nhiều bài phải buồn cười... không phải vì tình tiết của câu chuyện, mà vì... cái chua chát, sâu sắc của tác phẩm...."

*NGUYỄN QUÝ AN, KQ, "... Tuy vậy dù biết trễ nhưng chúng ta đã cùng khoác áo nhà binh; chiến đấu bên nhau cho một lý tưởng, trong cùng một quân chủng thì cũng là anh em một nhà cả. Anh coi vậy mà đa tài, hết nghiệp võ rồi bây giờ lại chuyển qua nghiệp văn, chắc viết cũng mòn nhiều ngòi bút lắm phải không? Mong ngòi bút anh tiếp tục bén nhọn để tiếp tục chiến đấu trên một lãnh vực mới."

*NGUYỄN TẤN ĐỨC, KQ, "... có lẽ tôi đã phần nào thấu cảm được tình cảm trân quý mà anh đã dành cho quê hương và những kinh nghiệm vừa yêu thương vừa hỉ nộ trong cuộc đời chìm nổi theo vận nước trước và sau năm 1975. Anh viết lại (và cho dù có thêm phần hư cấu[?]) về những biến chuyển trong cuộc đời của anh cũng đủ nói lên một góc rất đằm thắm của tâm hồn mà anh muốn mọi người chia xẻ. Đọc lại vào lúc nầy, có thể cơn giận hờn đâu đó của quá khứ hoặc một vài dư âm của những phút giây hạnh phút hiếm mọn trong đời đều không mang sắc thái của chính chúng từ thời quá khứ nữa. Ngồi viết lại là lúc lòng anh đã chiêm nghiệm nhiều âm thầm của đắng cay cũng như những ngọt bùi hồng hoang đến từ tình yêu từng ươm mơ. Tuổi chúng ta đang sống với quá khứ. Thế nên, bình tâm để nghe lại tiếng lòng dạo thăm quá khứ có khả năng làm cho ta đủ can đảm sống thêm những ngày tháng dài trước mặt mà trong đó không chắc đuổi bắt được cùng đích của mình. Cùng đích ấy bây giờ tuổi trẻ có ngày rộng tháng dài vươn vai có thể "phù đổng" hơn chúng ta nhiều. Hy vọng có dịp sẽ nói chuyện thêm với anh sau khi dạo hết Một Góc Quê Nhà của anh…"

*NGUYỄN TRUNG DŨNG, nhà thơ, "… Với lối viết của Anh, đọc thấy thích… Biết và quen Anh, rất vui. Xin tiếp nối bạn bè trong tình thân văn giới. Tôi sẽ e-mail để từ nay có gì cần, mình sẽ gặp nhau bằng phương tiện đó."

*NGUYỄN VĂN DI, KQ, "Hôm nay tôi có đôi lời chúc mừng anh đã ra được tác phẩm đầu tay "Một Góc Quê Nhà." Cám ơn anh đã gởi tặng tôi tác phẩm đầu tay của anh, hy vọng anh tiếp tục sáng tạo thêm những tác phẩm kế tiếp…."

*NGUYỄN VĂN SỨ, Đại uý, "… Phải thú thật, những câu chuyện của anh thật thật thú vị. Tôi và vợ tôi đã đọc hết không sót một chuyện nào… Chỉ cần đọc "Một Góc Quê Nhà" với lối hành văn bình dân, châm biếm, và cay cú của anh thì tôi nghĩ những tập truyện sau và tất cả những gì anh viết đều "HAY." Đã từ lâu lắm, tôi mới được đọc những câu chuyện làm tôi thích như vậy. Vì thế, tất cả những gì anh viết cứ gửi cho tôi. Vợ tôi đọc chuyện ông kể cứ khen rối rít là ông Ngô Sỹ Hân viết hay quá! Tôi cũng là Cựu Tù Nhân Chính Trị, đến Mỹ

Năm 1991. Bằng tuổi anh, Cấp bậc trong quân đội như anh nhưng sau anh 6 khóa..."

*NGUYỄN VÔ CÙNG, nhà thơ, "… Chúc mừng anh về tập truyện Một Góc Quê Nhà. Kiểu "tập làm văn" của anh chắc chắn đã làm cho nhiều thầy giáo Quốc Văn chạy ná thở!!!... Ra trận thì cứ mặc áo giáp cho dày vào. Dù nó có đâm sau lưng hay trước bụng thì cũng "who cares?"!"

*PHẠM VĂN LONG, GS, "… Hôm nay tôi lên trường làm việc, sửa soạn cho khóa học mùa Thu (tôi dạy học ở college). Tôi đọc email anh gởi, bà xã tôi đang sửa soạn cái lab giúp cho tôi nhưng cứ mang theo cuốn sách của anh để đọc cho hết! Nghe có email của anh và anh nói có gởi thêm sách, "cô" ấy nói sao không xin Ông ấy gởi cuốn khác vì cuốn này em xem xong rồi! Bà ấy nói văn của anh đọc lôi cuốn như của anh Nguyễn Bửu Thoại vậy mà còn có vẻ "thực" hơn nữa... anh biết ngừng đúng lúc cho người đọc đoán và "tức"…. Nhận sách anh gởi tôi vui vì thấy anh với tôi có nhiều điểm giống: cùng từ Thủ Đức, cùng học Chu Văn An, và cùng học luật (Bà xã tôi nhận ra điều này đó!) và vui nữa vì thấy anh oai quá... vừa là "nhà văn lớn trong tương lai" lại còn đang làm chủ báo... chủ quán... nữa. Tôi sẽ không chán nếu thấy anh trông già "ngắc" đâu. Tôi sẽ rất chán nếu thấy anh không còn tinh thần của người dân Việt và của một cựu SQ_QLVNCH nữa! Điều này thì tôi thấy anh còn rất "good" chưa bị mòn bao nhiêu! Không vì tôi đi lính trễ (Khóa 5/72) nên không biết nhiều người nổi danh. Anh cho tôi biết thêm về HT Th/tá Nguyễn Hữu Chế với."

*PHẠM VĂN THANH, nhà tranh đấu, "Không ngờ anh viết văn tự nhiên, mộc mạc, và truyền cảm quá anh Hân ơi! … Đọc xong 12 truyện rồi tôi bỗng bâng khuâng lây với những tình cảm vấn vương nơi quê nhà của anh trong "Mùa Hoa Phượng Thắm", "Suýt Làm Cách Mạng", "Người Tình", và đặc biệt "Gia Đình Ông Chín Chòi". Truyện chất phác xảy ra nơi thôn quê hay chuyện tình lãng mạn của một thầy giáo trẻ, vài hình ảnh thực của quê hương thời chiến khiến tôi nhớ nhiều về những năm tháng hoa niên đầy kỷ niệm lẫn mối ưu tư về bạn, thù hay sống, chết khi cuộc chiến tương tàn sôi sục. Vài truyện viết về nếp sinh hoạt và tâm tư người dân sau Tháng Tư Đen với trại cải tạo, đời sống khốn khổ như "Thầy Giáo Xe Thồ Gặp Đại Úy Sửa Xe," "Một Ngày Gần Tết Trong Trại," và "Sống Thừa" khiến người đọc bùi ngùi, xót xa cho những chiến sĩ ngã ngựa, một thời anh dũng chiến đấu bảo vệ người dân và miền Nam tự do. Vài truyện còn lại viết về cuộc sống tại Hoa Kỳ với những buồn, vui và tâm trạng người di tản trên vùng đất mới. Dù viết về đề tài nào, anh cũng viết thật dễ dàng và sống động, anh Hân ơi! Có lẽ ký ức người trong cuộc vẫn còn ray rứt, rõ nét những câu chuyện đã xảy ra cách gần 30 năm về trước và giờ đây, mỗi lần nhớ, mỗi lần nghĩ đến anh vẫn còn xao xuyến với tình yêu thơ mộng, ray rứt với tâm tư người dân thời chiến và vẫn nặng lòng với quê hương thân yêu còn khốn khổ. Xin cảm ơn anh đã cho tôi những giờ phút đọc sách và nhớ về kỷ niệm dù vui, dù buồn..."

*PHAN THỊ DIÊN HỒNG, nhà văn, "... Dĩ nhiên là tôi sẽ đọc hết chứ. Mặc dù đang rất bận, tôi đã đọc một mạch hơn nửa cuốn, đến hết chuyện Suýt Làm Cách Mạng. Tôi thích nhất là chuyện "Mùa Hoa Phượng Thắm" so far. Cám ơn anh Hân!"

*QUAN DƯƠNG, nhà thơ nhà văn, "... ngay truyện đầu "Một Ngày Của Hai Vợ Chồng Già" tôi bật cười hoài vì bắt gặp những hình ảnh rất quen thuộc của chính tôi (và nhiều người) mà anh đã viết lên. Tôi đọc một lèo gần nửa cuốn. Ở mỗi truyện nào của anh cũng làm tôi thích thú hết. Văn anh giản dị, tưng tửng nhưng thâm trầm rất dễ lôi cuốn người đọc. Cốt truyện của nhiều truyện anh viết khiến cho người ta cười trong nỗi ngậm ngùi. Tôi chưa đọc hết, nhưng chắc chắn là sau khi viết thư này cám ơn đến anh tôi sẽ nhào vô đọc tiếp. Tôi giống như nhân vật trong Truyện của anh, có sách là ngồi đọc mặc cho bà xã giờ này đang vật lộn với mấy chậu cây lá của cô ấy ngoài vườn. Hình như những người sống ở Mỹ này mà cốt lính ngày xưa đều lì ngầm, chuyên môn chịu đấm của bà xã để đọc sách và làm thơ :-)) Tôi cũng là dân Thủ Đức như anh, nhưng đàn em anh xa lắc. Tôi theo học khóa 6/69, nghĩa là cuối năm 69 tôi mới nhập ngũ lựng. Tôi xin cám ơn anh lần nữa và hình như tôi cũng có một hai tác phẩm gì đó muốn tặng lại anh để đánh dấu duyên tình văn nghệ với nhau mà không biết anh đã có chưa?... Tác phẩm của tôi hiện có: - Ruột đau chín khúc (tập thơ), - Đợi khuya tàn bắt sống một chiêm bao (tập truyện)."

*SONG THUẬN, nhà văn, "Rất cám ơn anh đã gửi cho tập truyện "Một Góc Quê Nhà" và số báo Xuân Quê Hương. Tập truyện, mới đọc phần lời tựa, và báo Quê Hương đã lướt qua: Lập trường rất vững, văn sắc bén và thơ nhiều cảm hứng. Tôi cũng có tập truyện "Chồng Con" viết chung với bà xã, sẽ gửi biếu anh sau. Lúc này tôi lo về "Câu Lạc Bộ Hùng Sử Việt" nên ít sáng tác chuyện và thơ văn tình cảm..."

*TÂM THANH, nhà thơ, "... Anh viết nhiều truyện thật cảm động, và đúng như anh viết "tác giả hy vọng rằng sau khi đọc xong và nhắm mắt lại, ít nhất độc giả cũng tự nhiên cảm thấy một nỗi buồn man mác không tên." Thú thực là không những tôi "buồn man man" mà còn buồn da diết. Chúc mừng một tác phẩm thành công."

*THI GIANG VÕ HỮU QUYỀN, nhà báo, "... Đã lâu lắm Đả Cẩu mới có dịp đọc được một tác phẩm hay. *Một Góc Quê Nhà* của Ngô Sỹ Hân vẽ lên rất nhiều hình ảnh của cuộc sống trong bối cảnh chiến tranh tại miền Nam hồi trước cho tới bây giờ, và tại hải ngoại. Có thể nói, mỗi người trong chúng ta đều có thể là một chứng nhân, hoặc bắt gặp chính mình đâu đó trong những nhân vật của tác giả trong tập truyện *Một Góc Quê Nhà*. Cái độc đáo của Ngô Sỹ Hân là dùng ngòi bút để mô tả sự kiện. Chính "sự kiện" làm cho người đọc vui, buồn, đau xót hay phẫn nộ. Ngòi bút của Ngô Sỹ Hân cũng diễu cợt chua cay đối với mấy ông quan "kách mạng," bọn cán ngố Vẹm: những ông nọ, bà kia ở đâu đó; hay bạn bè sẽ thích thú với viên thuốc "viagra" của mấy cặp vợ chồng già... "đi tìm hạnh phúc, chống ly dị"... Đả Cẩu cảm thấy rất thích thú với Ngô Sỹ Hân và không ngần ngại giới thiệu cùng bạn đọc. Cam đoan, đọc không hay, tác giả sẽ viết bắt đền... quyển khác!"

*THƯƠNG VIỆT NHÂN, nhà thơ, "Thương Việt Nhân đã nhận được 2 tập sách. Đọc rất thú vị. Rất cám ơn anh. Sao khó khăn như thế mà cũng cố gắng ra được sách và Magazine? Viết chuyện được lắm. Congratulation! Làm nữa đi. Tài quá đi thôi."

*TÔN-THẤT SƠN, Bác sĩ chủ diễn đàn, " ... Với lời văn giản dị trong sáng, tác giả Ngô Sỹ Hân đã nói dùm tâm trạng của những người ở lứa tuổi 50-60 đã sống qua và đang sống trong cảnh... "lưu đày tự nguyện." ... 1) Cám ơn ông đã gửi cho quyển sách, tác phẩm nói lên một "góc tâm hồn" của những người ở vào lứa-tuổi-lận đận như chúng ta vì vận nước. 2) Chúc ông tiếp tục sáng tác thêm những tâm tư con người tỵ nạn!"

*TRẦN HUY SAO, nhà thơ, "Tôi đọc say mê liền một đêm và rất thích lối văn trào lộng đậm tính chất miền Nam. Truyện viết thật là gần gũi với cuộc sống hay đó là chuyện thật của chính anh? Có rất nhiều câu văn giản dị mà thật là hay. Đơn cử "... ngày tất cả tù nhân trong trại đều vui vẻ, ngày má đi chợ về!" (trang 55 dòng 16), "... khiến Thầy cũng phải xao xuyến tâm can, nhiều khi muốn ở tù!" (trang 127 dòng 19). Và còn rất nhiều những câu mà tôi rất thích. Toàn tập khi đọc xong cười thoải mái nhưng vẫn có chút gì đó cay đắng nghẹn ngào. Đúng là Một Góc Quê Nhà còn đọng sót lại trong trái tim những người ly xứ những nhói đau từng nhịp không đều như người chớm bị nhồi máu cơ tim. Một lần nữa, xin chân thành cám ơn anh đã cho tôi được chia sẻ nỗi vui buồn năm tháng của một người xa quê tạm sống trên vùng trời quê lạ qua đứa con tinh thần đầu lòng của anh."

*TRẦN THANH HÒA, KQ, "... Nhận thư anh mấy tháng nay, mãi đến hôm nay mở dở xem, thì thấy sách đầu tay của anh, thật là gợi nhớ quê hương. Cám ơn anh, đã mang lại cho Hòa một tí gì gợi nhớ! Nhân đây xin gởi một tấm lòng ủng hộ và mong mỏi anh sẽ thành công. Hy vọng sớm gặp lại anh."

*TRẦN THY VÂN, nhà văn, "... Tôi rất hân hạnh vừa nhận được tập truyện Một Góc Quê Nhà của anh gởi tặng. Tuy chỉ thoáng qua, tôi cũng cảm nhận được một sự lôi cuốn bởi những mạch văn tuyệt vời của anh. Một Góc Quê Nhà nghe buồn, bao kỷ niệm trở về... Cám ơn Nhà văn Ngô Sỹ Hân rất nhiều."

*UYÊN TRANG, nhà thơ, "… chào mừng ngày chào đời của Một Góc Quê Nhà, đâu đấy nơi đó tôi đã tìm ra một phần hình ảnh những sinh hoạt của tôi hàng ngày nơi đất khách quê người. Cũng qua đó xin gởi đến anh lời cám ơn anh đã cho tôi được chia sẻ những cảm xúc của riêng anh..."

*VĨNH LIÊM, nhà văn "… Về tập truyện, phải thú thực với anh rằng: Anh viết rất "tới" và truyện rất hấp dẫn người đọc. Tôi là một độc giả rất khó tính, nhưng khi đọc các truyện của anh (chỉ mới có 3 truyện thôi) mà đã thấy "khoái" rồi! Xin anh đừng quá khiêm nhường. Sau khi đọc xong tập truyện, tôi sẽ cố gắng dành thì giờ để viết bài giới thiệu về tập truyện này…"

*VÕ ĐẠI TÔN, nhà tranh đấu nhà thơ, "… Dự định sẽ để dành cuốn Một Góc Quê Nhà của Chiến hữu khi lên máy bay đi Dallas vào cuối tuần này sẽ đọc, nhưng sau khi rít xong điếu thuốc lào thì "cầm lòng không đậu," phải lấy ra đọc một vài chuyện trước, nhớ anh em đồng đội từ một thuở nào vẫn còn ẩn hiện đâu đây. Tôi đọc xong chuyện "Thầy Giáo Xe Thồ Gặp Đại Úy Sửa Xe," "Gia Đình Làm Neo," "Gia Đình Ông Chín Chòi" thì vợ tôi giành đọc. Phải đành nhường cho phụ nữ vậy. Tất nhiên tôi cũng có đọc qua "Lời Cuối Truyện." Tuy chưa đọc hết quyển sách, nhưng tôi không "dửng dưng như một người khách lạ vô tình" mà cảm thấy bâng khuâng với nhiều suy nghĩ. Lời văn của Chiến hữu chân thành mộc mạc như ruộng lúa miền Nam nhưng đầy sữa ngọt bên trong để nuôi sống con người biết suy nghĩ. Đối diện với thực tế, trong nước qua sự "mở mắt" ra của những người bị lầm và bị mê hoặc bởi tuyên truyền cộng sản, còn ở hải ngoại thì "Gia Đình Làm Neo" là một chứng tích "đổi đời" kịch cợm. Xin bái phục dòng văn tả thực của Chiến hữu và tấm lòng của Chiến hữu đối với quê hương dân tộc trong cuộc trường chinh cứu Người và cứu Nước hiện tại. Vài dòng cảm nghĩ sơ khởi sau khi mới đọc được vài chuyện trong quyển sách, gửi đến Chiến hữu giữa đêm khuya như một lời tâm sự đồng cảm... Đã đọc qua một lần hết cuốn Một Góc Quê Nhà của Chiến hữu trên đường đi. Có dịp sẽ đọc lại những đoạn thích thú hấp dẫn. Bà Xã tôi đang nghiền ngẫm đó.

- Ở trên cõi đời này, có những chất liệu trông rất bình thường, một khúc gỗ, một viên sỏi bên đường, một thanh sắt... ai cũng thấy cả, nhưng nếu lọt vào tay một nghệ nhân có óc sáng tạo thiên phú, có tài hoa, có tâm hồn, thì sẽ biến hóa thành một tác phẩm nghệ thuật đáng trân qúy. Như những miếng nhôm máy bay phế thải mà anh em tù chúng ta đã tạo ra thành những chiếc lược, những ống điếu thuốc lào chạm trổ hoa văn rồng bay phượng múa, để tặng nhau và tặng cho người thân yêu. Có những hoạt cảnh đời thường, trong nước cũng như tại hải ngoại, hầu như ai cũng gặp, cũng biết, cũng nghe, nhưng khi chạm đến ngòi bút và tâm tư thổn thức của Ngô Sỹ Hân thì lại biến thành Tác phẩm Một Góc Quê Nhà, không phải để đọc bằng mắt mà phải bằng sự lắng đọng tâm tư, bằng sự trằn trọc, thương mình, thương người, thương Nước. Tôi đã "đọc" cuốn sách của Chiến hữu với tâm trạng đó. Tôi không phải là loại người thích mặc áo thụng để vái nhau xã giao, hoặc như các ông Nghị đi xin phiếu vào mùa bầu cử, sinh hoạt nào của cộng đồng cũng đến nói "Tôi không biết quê hương của quý vị, nhưng tôi thương quý vị và thương V.N. của quý vị lắm lắm...," rồi khi đắc cử thì chẳng còn thấy bóng dáng ở đâu. Tôi chỉ có một tấm lòng cảm thông cùng Chiến hữu, trong tình đồng đội, tình tù, tình anh em, tình nghệ sĩ, tình thi-văn, tình đồng cảnh lưu vong. Có dịp tôi sẽ suy nghĩ và viết thêm về tác phẩm của Chiến hữu. Từ những thửa ruộng miền Nam, từ những con lạch, sông nước phù sa, lục bình trôi nổi, mắm rau ba-khía, rất đơn sơ mộc mạc, mà Chiến hữu đã tạo thành một bức tranh ĐỜI đầy màu sắc, có khi dịu dàng, có khi như những gai nhọn đâm vào những kẻ-không-có-hoặc-quên-tâm-hồn. Thức tỉnh lòng người. Xin cảm tạ tấm lòng của Chiến hữu, người viết văn cho ĐỜI, rất bình thường mà rất cao quý. Cũng xin cám ơn Chiến hữu đã có những lời cảm thông về các cuốn sách của tôi. Hy vọng rằng rốt cuộc thì Lòng Người Chân Thật đối với nhau sẽ mãi tồn tại và chiến thắng cái Ác."

*VÕ XUÂN HY "... Một thoáng chợt bùi ngùi khi đọc những trang sách bạn viết. Tôi có điện thoại hỏi thăm số anh em Xuân Phước đều nói là có nhận được sách bạn gửi. Trong niềm tự hào lây lan từ phía anh em bằng hữu. Ít nhất trong anh em chúng ta cũng để lại với Đời một vài kỷ niệm và dấu vết đi qua trong những tháng năm tao loạn của quê hương. Cám ơn bạn đã làm công việc này cho các anh em. Cầu chúc được đón nhận tiếp những giòng thi tâm sự của Bạn sắp đến đây…."

MỤC LỤC

Nhân Ảnh
2024

Liên lạc tác giả
Ngô Sỹ Hân (Syhan Ngo)
2682 Roundtree Dr
Troy MI 48083
ngosyhan@gmail.com
ngosyhan2002@yahoo.com
facebook: han ngo
phone:
(248) 740-0669 h
(248) 558-0089 c

Liên lạc Nhà xuất bản
han.le3359@gmail.com
(408) 722-5626

www.ingramcontent.com/pod-product-compliance
Lightning Source LLC
LaVergne TN
LVHW040420051026
849517LV00002B/390
* 9 7 9 8 3 3 0 2 6 0 1 7 1 *